அரிச்சுவடியில் காணப்படாத எழுத்து

ஆபிரிக்க பெண் எழுத்தாளர் பியற்றிஸ் லம்வாகாவின் சிறுகதைகள்

- பியற்றிஸ் லம்வாகா

தமிழில் - எம். ரிஷான் ஷெரீப்

அரிச்சுவடியில் காணப்படாத எழுத்து	: சிறுகதைகள்
ஆப்பிரிக்க சிறுகதைகள்	: பியற்றிஸ் லம்வாகா
தமிழில்	: எம். ரிஷான் ஷெரீப்
	: © ஆசிரியருக்கு
முதற்பதிப்பு	: ஜனவரி 2022
அட்டை வடிவமைப்பு	: பி.எஸ்.வம்சி
வெளியீடு	: வம்சி புக்ஸ்
	19, டி.எம்.சாரோன்,
	திருவண்ணாமலை - 606 601
	9445870995, 04175 - 235806
அச்சாக்கம்	: மணி ஆப்செட், சென்னை - 600 077
விலை	: ₹ 200/-
ISBN	: 978-93-93725-00-4

Arichuvadiyil kanappadatha Ezhuthu	: Short Stories
African Short Stories	: Beatrice Lamwaka
In Tamil	: M. Rishan Shareef
	: © Author
First Edition	: January - 2022
Wrapper Design	: B.S. Vamsi
Published by	: Vamsi books
	19.D.M.Saron,
	Tiruvannamalai - 606 601
	9445870995, 04175 - 235806
Printed by	: Mani Offset, Chennai - 600 077
	: ₹ 200/-
ISBN	: 978-93-93725-00-4

www.vamsibooks.com - e-mail: kvshylajatvm@gmail.com

எழுத்தாளர் அம்பை
(லக்ஷ்மி சித்தூர் சுப்ரமணியம்) அவர்களுக்கு

பியற்றிஸ் லம்வாகா

ஆபிரிக்காவின் நவீன தலைமுறை எழுத்தாளர்களில் முக்கியமானவரான உகாண்டா குடியரசைச் சேர்ந்த பெண் எழுத்தாளர் பியற்றிஸ் லம்வாகா, உகாண்டா மகெரேரே பல்கலைக்கழகத்தின் ஆங்கில இலக்கிய சிறப்புப் பட்டதாரியும், மனித உரிமைகள் கற்கையில் முதுகலைப் பட்டதாரியும் ஆவார்.

2009 ஆம் ஆண்டு தென்னாபிரிக்க PEN/Studzinski இலக்கிய விருதுக்கான இறுதிப் போட்டியாளராக இருந்த இவர் 2011 ஆம் ஆண்டு இளம் சாதனையாளர் விருதை வென்றதோடு, அதே ஆண்டு ஆபிரிக்க எழுத்தாளர்களுக்கான Caine சர்வதேச விருதையும் வென்றார். 2015 ஆம் ஆண்டு இங்கிலாந்தின் மோர்லாந்து எழுத்தாளர் புலமைப்பரிசுக்கு இவர் தேர்ந்தெடுக்கப்பட்டதோடு, Stiftung Kunstlerdorf Schoppingen (Germany), Rockefeller Foundation's Bellagio Center Residency (Italy), Le Chateau de Lavigny International Writers' Residence (Switzerland), Art of Resilience & Salzburg Global Seminar (Austria) ஆகிய அமைப்புகளில் உறுப்பினராகவும் இருந்திருக்கிறார்.

தற்போது சர்வதேச ஊடக நிறுவனமான குளோபல் ப்ரஸ் ஜேர்னலில், பணி புரிந்து வருகிறார். இவர் PEN & Uganda எனும் அமைப்பின் பிரதித் தலைவராகவும் இருப்பதோடு, விருதுகள் வென்ற அமெரிக்கப் புகைப்படக் கலைஞரான டேன் நெல்கனுடன் இணைந்து உகாண்டா பெண்களின் கதைகளை ஆவணமாக்கி வருகிறார். அதற்கு முன்பு இவர் உகாண்டா சிறைச்சாலைகளில் இலக்கியப் பயிற்சிப்

பட்டறை வசதிகளை ஏற்பாடு செய்து கொடுத்திருப்பதோடு, சிறைக் கோவையைத் திருத்தியிருக்கிறார். 2018 இல் இவர் அதுவரை மேற்கொண்டிருந்த இலக்கிய பங்களிப்புகளுக்காக Uganda Registration Service Bureau அமைப்பினால் விருது வழங்கி கௌரவிக்கப்பட்டமை குறிப்பிடத்தக்கது.

அத்தோடு, 2021 ஆம் ஆண்டின் சிறந்த புனைகதை எழுத்தாளருக்கான உகண்டா அரசின் சாகித்திய விருதான ஜான்சி விருது இவருக்கு வழங்கப்பட்டு கௌரவிக்கப்பட்டுள்ளார்.

தூக்கம் தொலைத்த என் இரவுகளிலிருந்து...

அப்போதெல்லாம் ஆங்கிலம் படிக்கவோ புரிந்துகொள்ளவோ தெரியாது. மூன்றாம் வகுப்பிலிருந்துதான் ஆங்கிலப் பாடம். மனசுக்கும் மூளைக்கும் ஏறாமல் வாங்கின அடியின் தழும்புகள் அப்படியே உறைந்திருந்த நாட்கள் அவை.

ஏழாம் வகுப்பிலிருந்து வருடத்திற்கு ஒருமுறை மட்டுமே நூலகத்திலிருந்து தமிழாசிரியர் மிகவும் சலித்துப் போய் புத்தகங்களைப் படிக்க எடுத்துத் தருவார். வகுப்புப் தலைவி எங்கள் எல்லாருடைய பெயரையும் எடுத்த புத்தகங்களின் பெயரையும் எழுதி ஆசிரியரிடம் கொடுக்க வேண்டும். அந்தக் கூடுதல் பணியில் அவளும் சலிப்புற்றிருந்தாள். ஆனாலும் ஆங்கிலப் புத்தகம்தான் வர வேண்டுமென்று பிரார்த்தித்தபடியே மெல்லமெல்ல என் வரிசை நீளும். அது அப்படியொன்றும் ஆங்கிலத்தில் படிக்க வேண்டுமென்ற ஆசையல்ல. சில நேரங்களில் வண்ணப் புத்தகங்களோ பல நேரங்களில் கருப்பு வெள்ளைப் புத்தகங்களோதான் கிடைக்கும். ஆனாலும் படம் பார்த்து என்னையே அதில் உணர்ந்து லயிக்கும் ஆசைதான் அந்தக் காத்திருப்பு.

என் வயதொத்த வெளிநாட்டுச் சின்னப் பெண் தலையில் ரிப்பன் கட்டி புன்னகையான முகத்தோடு பறக்கும் பட்டாம்பூச்சியையோ ஓடும் நாய்க் குட்டியையோ துரத்திக் கொண்டிருக்கும் கருப்பு வெள்ளைப் படங்களில் அவள் நானாகவே மாறிவிடுவேன். மரச் சட்டம் போட்ட வேலிப்படல்கள் தாண்டி அவை தாண்டும்போதும் ஓடும்போதும் அவள் தாண்ட முடியாமல் கலங்கி நின்றபோது நான் அழுதிருக்கிறேன். போக்கு காட்டி பட்டாம்பூச்சி அவளருகில்

வந்தபோது குதூகலித்திருக்கிறேன். அந்தச் சுருண்ட முடிக்காரி எப்போதும் என் கனவில் வந்து வசீகரித்திருக்கிறாள்.

வீட்டில் கொஞ்சமேயிருந்த மண் தரையில் கத்தரி, தக்காளி, மிளகாய் நட்டு அது துளிர்விட்டு கொஞ்சமே காய்த்தபோது எல்லையில்லா மகிழ்ச்சியடைந்திருக்கிறேன். மல்லாட்டையை அடி மண்ணில் புதைத்து செடி நன்றாக வளர்ந்து சில நாட்களில் பிடுங்கிப் பார்த்தபோது நான்கைந்து காய்களின் முற்றலில் சாதித்த மனநிலையில் வாழ்ந்திருக்கிறேன். இயற்கையின் கொடை சிறிதேயானாலும் நிறைவுற்று உள்ளம் துள்ளியிருக்கிறேன்.

நான் படம் பார்த்த புத்தகங்களில் இருப்பது போலவே எத்தனையோ மைல்கள் தாண்டி என் லம்வாகாவும் விளையாடியிருக்கிறாள். தங்கள் தோட்டத்தில் மல்லாட்டை, மரச்சீனிக் கிழங்கு, சோளம், அவரைக்காய் என விதைத்து பிடுங்கி சந்தையில் விற்க எடுத்துச் செல்லும் பால்யத்தில் வாழ்வை தன் மண்ணோடு ஆரம்பித்திருக்கிறாள். அவித்த மல்லாட்டைகளைச் சந்தையில் அவள் விற்பதும், பண்டமாற்று செய்வதும் சில நேரங்களில் எல்லாவற்றையும் அப்படியே விட்டுவிட்டு தோழி லமுனுவுடன் விளையாடுவதுமாக அவளின் பால்யமும் வண்ணங்களால் சிறகடித்தவைதான்.

ஆனால் ஆப்பிரிக்காவின், உகாண்டா குடியரசின் நாட்கள் அப்படியானதல்ல என்பதை வாசிப்பின் அடுத்தடுத்த பக்கங்களில் உணர நேரும்போது சில்லிட்டுப் போயிருந்தேன். இந்தியர்கள் குறிப்பாக தமிழ்நாட்டில் எவ்வளவு பாதுகாப்பான வாழ்வியலில் சொஸ்தமாயிருக்கிறோம் எனும் போது பெரிய நிம்மதியும், என்னடா வாழ்க்கை இது, நம்மைப் போல மனித உயிர்கள் உலக வரைபடத்தின் ஒரு மூலையில் இவ்வளவு துயருரும்போது எதற்காக நாம் இப்படியொரு சவசவத்த வாழ்க்கை வாழ்கிறோமென்ற குற்றவுணர்ச்சியும் ஒருசேர எழுவதைத் தவிர்க்க முடியவில்லை.

சந்தையில் தங்கள் நிலப்பரப்பிலிருந்து கொண்டு வந்தவற்றை விற்று, அந்தச் சின்னப்பெண் சந்தைக்கு வருவதால் தன் கிராமத்து மனிதர்கள் வாங்கி வரச் சொன்னதையெல்லாம் தன் வியாபாரத்தை விட்டும் வாங்கி வைத்து தன் தோழியோடு விளையாட ஆரம்பித்திருக்கும் அவளுடைய மனநிலையைக் கைஎறி குண்டின் சப்தம் நிலைகுலைய வைக்கிறது. குண்டு வெடிப்பின் சப்தம் கேட்டவுடன் அந்த மக்கள் எல்லோரும் அனிச்சையாய் பக்கத்திலிருக்கும் பள்ளிக் கட்டடத்தைத் தேடி ஓடுவார்கள். இந்தச் சின்னப் பெண்ணும் அப்படி ஓடி வழி தவறி தன் அத்தை வீட்டிற்கு வந்து விடுகிறாள். அத்தை உணவெல்லாம் கொடுத்து, உன்னைக் காணாமல் வீட்டில் தேடி கவலைப் படுவார்கள் என்று சீக்கிரமாக அவளை வீட்டிற்கு அனுப்புகிறாள். அவளும் பத்திரமாகப் வீட்டிற்கு போய் சேர்ந்துவிடுகிறாள்.

இத்தோடு கதை முடிந்திருந்தால் நாமும் சந்தோஷப்பட்டு எல்லாம் மறந்து வீட்டிற்குப் போயிருக்கலாம். ஆனால் லம்வாகா மேலும் ஒரு பத்தியை எழுதுகிறார்.

''சிதறியிருக்கும் எனது உடல் பாகங்களை அள்ளிப் போட்டுக் கொண்டு வீட்டுக்கு எடுத்து வரத் தேவைப்படும் என்று நினைத்த அம்மா வீட்டிலிருந்து சாக்கொன்றை எடுத்துச் சென்றிருந்தாள். எனது அப்பா சந்தையில் போர்த்தி வைக்கப்பட்டிருந்த சடலங்களின் துணியை விலக்கிப் பார்த்த வேளையில், எனது அம்மா முகம் திருப்பிக் கொண்டாளாம். பின்னர் அவர்கள் பிணவறைக்குப் போய்த் தேடிய போதிலும் அவர்களால் என்னைத் தேடிக் கண்டுபிடிக்க முடியவில்லை. சந்தையிலிருந்தும், லகோர் மருத்துவமனையிலிருந்தும் வெளியேறிய அவர்களது பாதங்கள் கார்மெல்லா அத்தையின் வீட்டை அடைந்தன. அவள்தான் நான் வீட்டுக்குப் போனதை அவர்களிடம் கூறியிருந்தாள். எனது அப்பா மீண்டும் நாட்டுக் கள்ளைக் குடிக்கத் தொடங்கியதோடு, எனது அம்மா இரவுணவை சமைக்கத் தொடங்கியிருந்தாள்''

என்ன மனநிலையில் இந்த வாழ்வை நாம் எதிர்கொள்வது? அவர்களின் அன்றாடங்களை எப்படி நாம் உணர்ந்து கொள்வது? அப்படி வாழ்வதைக் கொஞ்சம் யோசித்துப் பார்த்தால் சக மனிதன் மேல் எந்தப் பகையுமின்றி நம்மால் வாழ முடியும். அற்பக் காரணங்களுக்காக ஆயுசு முழுக்க சண்டை போடும் வழக்கத்தை நாம் யோசிக்கக் கூட மாட்டோம்.

''கடவுளின் எதிர்ப்பு ராணுவம்'' என்ற பெயரில் உள்நாட்டில் தொடங்கிய போராளிகள் குழுவொன்று உகாண்டாவின் அமைதியை, இயல்பு வாழ்வை, காதலை, நட்பை, குழந்தைகளின் பால்யத்தை, கல்விக்கனவை, கலைஞர்களாக தாங்கள் வாழப்போகும் நுட்பத்தையென எல்லாவற்றையும் அழித்தொழித்து சிதைத்து பல குழந்தைகளையும் அம்மாக்களையும் புத்தி பேதலிக்க வைத்து அப்பாக்களை வெட்டிப் புதைத்து, அந்த அழகான நாட்டைச் சுடுகாடாக்கி வேடிக்கை பார்த்து எக்காளமிட்டுச் சிரிக்கிறது. இதுவரை அந்த அமைப்பால் கடத்தப்பட்ட குழந்தைகளின் எண்ணிக்கை 66000 க்கும் மேல் எனும்போது மூச்சே நின்றுவிடுகிறது.

பத்து அல்லது பதினொரு வயதில் கடத்தப்பட்ட குழந்தைகள் பதினைந்து வயதில் திருப்பி அனுப்பப்படுகிறார்கள். அதற்குள் பாலியில் ரீதியாக சீரழிக்கப்பட்டு குறிபார்த்துச் சுட மட்டுமே மூளைச்சலவை செய்யப்பட்டு விடுவிக்கப் பட்ட குழந்தைகள். அதிலொரு சின்னப்பெண் கடத்தப்பட்ட சில நாட்களிலேயே தப்பி வந்து தன் வீட்டோடு சேர்ந்து கிட்டத்தட்ட இயல்பு வாழ்க்கைக்குத் திரும்பினவள் மீண்டும் பள்ளிக்குப் போக ஆரம்பிக்கிறாள். அங்கு ஓட்டப்பந்தயத்தில் கலந்து கொண்டவளுக்கு பக்கத்தில் சக வீராங்கனைகளோ மைதானமோ ஆசிரியர்களோ பார்வையாளர்களோ தெரியமாட்டார்கள். இலக்கு மட்டுமே அவளுடைய ஒற்றைப்புள்ளி. அது மட்டுமே தெரிய மற்றதெல்லாம்

மறைந்துபோக அவள் அப்படியாக வாழ சபிக்கப்பட்ட நொடியை யோசிக்கிறாள். துப்பாக்கி கையில் வந்தவுடன் சுட வேண்டும் என்பது மட்டும்தான் இலக்கு. அது எதற்காக, யாரை, அவர்களோடு தனக்கு என்ன பகை, பின்விளைவு என்ன என்பதெல்லாம் ஒரு பொருட்டேயில்லாத வாழ்க்கை.

லம்வாகாவின் கதை சொல்லும் உத்தி மிக வித்தியாசமானது. தன் அம்மாவிடம் பேசுவது போல, தோழியிடம் சொல்வது போல, ஐந்து வருடங்கள் முழுமையாய் போராளிகளிடம் சிக்கி பதினைந்தாவது வயதில் விடுவிக்கப்பட்டு வீடடைந்த தன் தோழியிடம் கடந்துபோன வருடங்களில் என்னவெல்லாம் நடந்தது என்று விவரிப்பது போல சொல்லப்பட்டிருக்கும் கதைகள். அப்படி அவள் சொல்லச்சொல்ல நம் இருப்பு தகித்துப் போய் சாம்பலாய் மாறுவதை நாமே கண்ணுற நேரிடுகிறது.

அவள் சொல்கிறாள், "லமுனு, உனக்குத் தெரியுமா, நீ காணாமல் போன இந்த ஐந்து வருடத்தில் தினந்தோறும் நாங்கள் 'ரேடியோ எஃப். எம்' கேட்க ஒன்று கூடுவோம். போராளிகள் எப்போதாவது அவர்களுடன் இருப்பவர்களின் பெயரைச் சொல்லுவார்கள். அப்படி உன் பெயர் உச்சரிக்கப்படாதா என ஐந்து வருடங்களாகக் காத்திருக்கிறோம். ஒவ்வொரு நாளும் மிகத் துல்லியமாக கேட்க வேண்டி எல்லோரும் ஒரு மணிநேரம் அமைதியாகஇருப்போம். அந்த கடைசி நொடிகளில் ஒவ்வொரு நாளும் அம்மா அழுவாள். கடைசியாக நீ இதோ வந்தேவிட்டாய். சொல்ல முடியாத ஆனந்தத்தில் இருந்தாலும் யாரோ கட்டாயப்படுத்தினார்களென்று அம்மா உன் ஆத்மாவைப் பத்தடி பள்ளம் தோண்டி புதைத்துவிட்டாள், இப்போது உன்னைப் பார்க்கும் போதெல்லாம் இதை எப்படி சரிபடுத்துவது என்று மருகுகிறாள்."

‘‘லமுனு உனக்கொன்று தெரியுமா? நம் அப்பா எவ்வளவு பலசாலி, போராட்டக்கார்கள் நம் நிலத்தில் வந்து நின்றுகொண்டு நிலத்தைப் பறித்தபோது அதைத் தர மாட்டெனென்று அப்பா அவர்களை எதிர்த்தார். அவரை அங்கேயே கொன்றுவிட்டார்கள், மட்டுமல்ல துண்டு துண்டாக வெட்டி நம் நிலத்தில் புதைத்தார்கள். உனக்குத் தெரியுமா? அன்றிலிருந்து நாங்கள் இறைச்சி சாப்பிடுவதில்லை’’ என்று அவள் சொல்லி முடிக்கும்போது நான் என்னை இழந்திருந்தேன். அழுகையைக் கட்டுப்படுத்த முடியவில்லை. இரண்டு பகலிரவுகள் தூங்க முடியாமல் சாப்பிட முடியாமல் யாரோடும் பேசாமல் தனித்திருந்தேன்.

அவர்கள் நிலம் முழுக்க காளான் குடை விரித்தது மாதிரியான கூடாரங்கள் அமைத்ததும் உள்ளூரிலேயே அகதிகளாக மாறியதும் பிள்ளைகளை இழந்ததும் பள்ளி மாணவிகள் வல்லுறவுகளில் கர்ப்பிணிகளாக வகுப்பறையிலேயே பிள்ளை பெறுவதும் வாசிக்கக்கூட முடியாத துயரங்கள்.

பல்கலைக்கழகத்தில் ஆய்வு மாணவிகளைப் பேராசிரியர்கள் வல்லுறவுக்கு உட்படுத்துவதும் அவர்களை ஒரு பொருட்டே இல்லாமல் நடத்துவதையும் வாசிக்கும்போது எனக்குத் தெரிந்த ஒரு பெண் ஆய்வாளர் சொன்னதே நியாபகம் வருகிறது. ‘‘நீ எப்படி இவ்ளோ கலரா இருக்க, பறப்பொண்ணுங்க இப்படி இருக்க மாட்டாங்களே?, அப்ப உங்க அம்மாவே ஏதோ தப்பு பண்ணியிருப்பாங்கன்னு புரியுது, அப்பறம் ஏண்டி நீ மட்டும் இப்படி பிடி குடுக்காம போறே’’ என்று சொன்ன பேராசிரியரின் முகத்தில் தான் நான்கு வருடங்களாக செய்து முடித்திருந்த ஆய்வு தாள்கள் முழுவதையும் ஒவ்வொன்றாய் கிழித்து அவர் முகத்தில் விட்டெறிந்துவிட்டு பித்துப் பிடித்த மனநிலையில் கடற்கரையில் உட்கார்ந்த அந்த மகளை நினைவுப்படுத்துகிறார்.

லம்வாகா இந்தச் சிறுகதைகளை முழுவதுமாய் தன் ஏழு வயது நியாபகங்களில் தொடங்கி எழுதியிருக்கிறார். பால்யத்தில் ஒன்றுமறியாச் சிறுமியாக, பதின் வயதில் கல்லூரி பல்கலைக் கழக மாணவியாக, தொடந்து திருமண வயது, ஐம்பது வயதைக் கடந்த பெண்ணின் சிகரெட்டிற்காகப் பதறும் வாழ்வு, முதலிரவன்று, காதலித்து திருமணம் செய்துகொண்ட கணவன் தன்னை விட்டு பிரிவதும், இரவு முழுக்க அவள் படும் துயரமும் என கதைகளைப் படிக்கும்போது இது ஒரு சிறுகதைத் தொகுப்பென்று தோன்றமளிக்காமல் வாழ்வியல் புதினமாகவே நம்முன் விரிகிறது.

அரிச்சுவடியில் காணப்படாத எழுத்துகளாய் உருமாறியிருக்கும் இந்த வாழ்வியலும் மொழிபெயர்ப்பும் என்னை இன்னுமின்னும் செதுக்கி இன்னுமின்னும் மனிதர்களை நுட்பமாய் பார்க்கவும் ப்ரியம் மீதூர நேசிக்கவும் வைக்கிறது. அவர்களின் வாழ்வியல் வலியால், சடசடத்து பெரும் இரைச்சலுடன் கடந்துபோன ரயிலின் ஒற்றை சாட்சியாய் கிடக்கும் தண்டவாளங்களைப் போல மனம் அதிர்ந்து, அமைதியாய் கிடக்கிறது.

எழுதிய ஸ்நேகிதி லம்வாகாவையும் அதைத் தமிழுக்குத் தந்த தம்பி ரிஷானையும் இறுகக் கட்டி அணைத்து முத்தமிட்டுக் கொள்கிறேன். அவர்கள் இருவரின் மூச்சுக்காற்றும் என்னுள் கலந்து ஒற்றையாய் சுவாசித்து அது இந்தப் பிரபஞ்ச வெளியெங்கும் பரவக் காத்திருக்கிறேன்

எளிமையான அன்போடு,

கே.வி.ஷைலஜா

எம். ரிஷான் ஷெரீப்

எம். ரிஷான் ஷெரீப் இலங்கையைச் சேர்ந்த தமிழ் எழுத்தாளரும், கவிஞரும், ஊடகவியலாளரும், மொழிபெயர்ப்பாளரும் ஆவார். கவிதை, சிறுகதை, கட்டுரை, புகைப்படம் ஆகிய துறைகளில் பங்களிப்பு செய்து வரும் இவர் சிங்களம், ஆங்கிலம் ஆகிய மொழிகளிலிருந்து தமிழுக்கு மொழிபெயர்ப்புகளையும் மேற்கொண்டு வருகிறார்.

இந்த நூல்களுக்காக இவர் இதுவரையில் இலங்கை அரச சாகித்திய விருது, இந்தியா வம்சி விருது, கனடா இயல் விருது, இந்தியா வாசகசாலை விருது போன்ற முக்கியமான விருதுகளை வென்றுள்ளார். இவரது படைப்புகள் சிங்களம், ஆங்கிலம், மலையாளம் ஆகிய மொழிகளில் மொழிபெயர்க்கப்பட்டு வெளியாகியுள்ளன.

தொடர்புக்கு

mrishansh@gmail.com

<mailto:mrishansha@gmail.com>

மொழிபெயர்ப்பாளரின் ஏனைய நூல்கள்

கவிதைத் தொகுப்புகள்
1. வீழ்தலின் நிழல்
2. மிக ரகசியச் சொற்கள்
3. ஆட்டுக்குட்டியின் தேவதை

சிறுகதைத் தொகுப்பு
4. அடைக்கலப் பாம்புகள்
(இலங்கை அரச சாகித்திய இலக்கிய விருது - சான்றிதழ்)

கட்டுரைத் தொகுப்புகள்
5. கறுப்பு ஜூன் 2014
6. இயற்கை
7. ஆழங்களினூடு

மொழிபெயர்ப்புக் கவிதைத் தொகுப்புகள்
8. தலைப்பற்ற தாய்நிலம்
9. இறுதி மணித்தியாலம்
(கனடா தமிழ் இலக்கியத் தோட்ட விருது,
இலங்கை அரச சாகித்திய இலக்கிய விருது - சான்றிதழ்)

10. அவர்கள் நம் அயல் மனிதர்கள்
11. அல்பேனியக் கவிதைகள்

மொழிபெயர்ப்பு சிறுகதைத் தொகுப்புகள்

12. எனதுதேசத்தைமீளப்பெறுகிறேன்(இலங்கைஅரசசாகித்தியஇலக்கியவிருது)

13. அயல் பெண்களின் கதைகள்

(இந்தியா வாசகசாலை விருது,

இலங்கை அரச சாகித்திய இலக்கிய விருது)

14. திருமதி.பெரேரா
15. அந்திம காலத்தின் இறுதி நேசம்
16. சுருக்கப்பட்ட நெடுங்கதைகள்
17. தடை செய்யப்பட்ட கதைகள்
18. அரிச்சுவடியில் காணப்படாத எழுத்து

மொழிபெயர்ப்புக் கட்டுரைத் தொகுப்பு

19. பிரபாகரனின் தாயாரது இறுதி யாத்திரை

மொழிபெயர்ப்பு நாவல்கள்

20. அம்மாவின் ரகசியம்

(இலங்கை அரச சாகித்திய இலக்கிய விருது)

21. தரணி (இலங்கை அரச சாகித்திய இலக்கிய விருது, கொடகே சாகித்திய இலக்கிய விருது)

22. நிலவியலின் துயரம்

(இலங்கை அரச சாகித்திய இலக்கிய விருது - சான்றிதழ்)

23. கிகோர்

24. பீடி

25. கடுந்துயருற்ற காதலர்கள் சதுர சாளரத்திற்கு இறுதி அஞ்சலி செலுத்திவிட்டு முற்றத்திலிருந்து வெளியேறிய போதிலும்

எழுத்தாளர் குறிப்பு

எம்.ரிஷான் ஷெரீப், எனது படைப்புகளை வாசித்து, எனது சிறுகதைகள் தமிழில் மொழிபெயர்க்கத் தகுதியானவை என்பதைக் கண்டறிந்து, அவற்றை மொழிபெயர்த்தமை எனக்கு மிகவும் மகிழ்ச்சியைத் தருகிறது.

நான் கொஞ்சம், கொஞ்சமாக எழுதத் தொடங்கிய காலத்தில், நான் எங்கெல்லாம் பயணித்ததில்லையோ அங்கெல்லாம் எனது படைப்புகள் போக வேண்டும் என்றும், என்னால் பேச இயலாத மொழிகளிலெல்லாம் எனது படைப்புகள் பேசப்பட வேண்டும் என்றும் விரும்பினேன். அப்போதைய சூழ்நிலையில் அது அசாத்தியம்தான். ஆனால், இப்போது அது நிகழ்ந்து கொண்டிருப்பது மிகுந்த ஊக்கத்தைத் தருகிறது.

மிகவும் நன்றி ரிஷான். தமிழ் வாசகர்களிடம் என்னை அறிமுகப்படுத்துவதற்கு நான் என்றென்றும் நன்றியுடையவளாக இருப்பேன். அவர்களும் எனது எழுத்தை நேசிப்பார்கள் என்று நம்புகிறேன்.

இலக்கியத்தை நேசிக்கும் அவ்வாறான அற்புதமான மனிதர்களின் உதவியோடு இனியும், எனது படைப்புகள் தொடர்ந்தும் பயணிக்கும் என்ற நம்பிக்கையோடு,

பியற்றிஸ் லம்வாகா
15.10.2021

மொழிபெயர்ப்பாளர் குறிப்பு

ஆபிரிக்க தேசங்களுள் ஒன்றான உகாண்டா குடியரசு, கிழக்கு ஆபிரிக்காவுக்குச் சொந்தமானது. உகாண்டாவிலுள்ள குலு மாவட்டத்தில், அலொகொலும் பிரதேசத்தில் பிறந்து வளர்ந்தவர் பெண் எழுத்தாளர் பியற்றிஸ் லம்வாகா. தற்காலத்தில், உகாண்டா தேசத்தில் தமது வாழ்க்கையைப் பாதிக்கும் கதைகளைச் சொல்லும் ஒரு முக்கியமான பெண் எழுத்தாளராக பியற்றிஸ் லம்வாகா அறியப்பட்டிருக்கிறார்.

பியற்றிஸ் லம்வாகாவின் பால்ய காலத்தில்தான் இறைவனின் எதிர்ப்பு இராணுவம் என்ற பெயரில் போராளிகள் அமைப்பொன்று தலையெடுத்து அவரது ஊருக்கும், நாட்டுக்கும், இன்னும் சுற்றிவர இருக்கும் தென் சூடான், கொங்கோ, மத்திய ஆபிரிக்கா போன்ற நாடுகளுக்கும் வியாபித்திருந்தது. அந்தப் போராளிகள் அமைப்பு கொலை, கொள்ளை, கடத்தல், சேதம் விளைவித்தல், சிறுவர் பாலியல் துஷ்பிரயோகம் போன்ற மனித உரிமை மீறல் நடவடிக்கைகளைப் பகிரங்கமாகச் செய்து வந்தது மாத்திரமன்றி, சிறுவர்களைக் கடத்தி மூளைச் சலவை செய்து அவர்களைப் போராளிகளாகவும், பாலியல் அடிமைகளாகவும் நடத்தி வந்தது.

அவ்வாறாகக் கடத்தப்பட்டுத் தப்பி வந்து, அத்தனை இடர்களுக்கும் மத்தியில் பல்கலைக்கழகம் வரை சென்று கல்வி கற்றுள்ள அவரது பால்ய காலத்திலிருந்து இப்போது வரையான அவரதும், அவரது தோழர், தோழிகளினதும் வாழ்க்கை அனுபவங்களே இங்கு சிறுகதைகளாக விவரிக்கப்பட்டுள்ளன. தொடர்ச்சியாக

வாசிக்கும்போது இந்தச் சிறுகதைகள் ஒன்றிணைந்து ஒரு நாவல் போல உருவெடுத்திருப்பதை நீங்கள் அவதானிக்கலாம்.

தற்காலத்தில் உகாண்டா மக்கள் எதிர்கொண்டு வரும் வாழ்க்கைச் சிக்கல்களையும், யுத்தங்களும், கலவரங்களும் மக்களிடையே ஏற்படுத்தும் தாக்கங்களையும் தமது படைப்புகளின் கருவாகக் கொண்டே அவர் எழுதி வருகிறார். அவரது சிறுகதைகள் சமகால உகாண்டா சமூகத்தின் இருண்ட பகுதிகளை அப்பட்டமாக வெளிப்படுத்துவதாக விமர்சகர்கள் குறிப்பிடுகிறார்கள்.

அவருடன் உரையாடிய வேளையில், போராளிகள் தனது வீட்டுக்கு வந்து, தனது தந்தையின் உடைமைகளைப் பலவந்தமாகப் பறித்துச் சென்றதை இப்போதும் நினைவுகூர்கிறார். அவ்வாறான அனுபவங்கள்தான் அவரை எழுதத் தூண்டியது என்கிறார். ஆகவேதான் அவரது பல கதைகளுக்கும் பின்புலமாக போரின் அனுபவங்கள் இருக்கின்றன. அவ்வாறே தனது கிராமத்தில் நேரடியாகக் காண நேர்ந்த ஏனையவர்களினது கதைகளையும் அவர் கடந்த இருபது வருடங்களுக்கும் மேலாக எழுதி வருகிறார். பிரிட்டிஷ் கவுன்ஸில் அவரது சிறுகதைகளை பாடமாக வைத்துள்ளதோடு, மேற்கத்தேய நாடுகளின் பெரும்பாலான இலக்கிய இதழ்களில் அவரது சிறுகதைகள் பிரசுரமாகியுள்ளன. ஏனைய எழுத்தாளர்கள் எழுத அஞ்சும் விடயங்களை தைரியமாக எழுதும் ஒரே பெண் எழுத்தாளராக அவரை முன்னிறுத்துகிறார் மிச்சிகன் பல்கலைக்கழகப் பேராசிரியரான டேன்சன் கஹ்யனா.

தனது தாய்மொழியிலும், ஆங்கிலத்திலும் எழுதி வரும் பியற்றிஸின் படைப்புகள் இதுவரையில் ஃப்ரெஞ்ச், ஸ்பானிஷ், ஜேர்மன், இத்தாலியன் ஆகிய மொழிகளில் ஏற்கெனவே மொழிபெயர்க்கப்பட்டுள்ளன. ஆசிய மொழியில், தமிழில்

மொழிபெயர்க்கப்பட்டு ஒரு தொகுப்பாக வெளிவருவது இதுதான் முதற்தடவையாகும்.

பியற்றிஸின் எழுத்துகள் மூலமாக உலகம் முழுவதிலிருக்கும் வாசகர்கள், அலொகொலும் கிராமத்தில் கட்டுப்பாடுகளுக்கும், பஞ்சத்துக்கும், போருக்கும் மத்தியில் பிறந்து வளர்ந்த பெண்ணொருவரின் வாழ்வியல் அனுபவங்களை அறிந்து கொண்டிருக்கிறார்கள். தமிழ் வாசகர்களும் அவரையும், அவர் போன்றோரின் அனுபவங்களையும் அறிந்திருக்க வேண்டும் என்ற எண்ணத்திலேயே அவரது சிறுகதைகளைத் தமிழில் மொழிபெயர்த்திருக்கிறேன்.

பால்யத்தின் தெருக்களில் நாங்கள் விளையாடிச் சேகரித்து வைத்திருக்கும் ஞாபகங்கள் கூட இத்தனை குரூரமானவையாக இருக்காது என்றே நம்புகிறேன்.

இக் கணத்தில் தனது சிறுகதைகளை மொழிபெயர்க்க அனுமதித்த எழுத்தாளர் பியற்றிஸ் லம்வாகாவுக்கும், இதிலுள்ள சிறுகதைகள் சிலவற்றைப் பிரசுரித்த அம்ருதா, உயிர்மை, தளம், கலைமுகம், காலச்சுவடு ஆகிய இதழ்களுக்கும், தொகுப்பாக பிரசுரிக்கும் வம்சி பதிப்பகத்துக்கும், உரிமையாளர் திருமதி.ஷைலஜா பவா செல்லதுரைக்கும், இந்த நூலின் வடிவமைப்பாளர்களுக்கும் எனது மனமார்ந்த நன்றியும், அன்பும் என்றும் உரித்தாகும்.

எம்.ரிஷான் ஷெரீப்
16.10.2021

உள்ளடக்கம்

1. இலக்கு 22

2. சந்தை வியாபாரி 30

3. வெற்றிக் கிண்ணம் 40

4. வண்ணத்துப் பூச்சிக் கனவுகள் 51

5. போத்தலில் அடைக்கப்பட்ட ஞாபகங்கள் 71

6. கிராமத்தின் மகாராணி 88

7. புகையிலையின் அரசி 93

8. சன்ஷைன் 104

9. வீட்டுத் தலைவர் 118

10. அரிச்சுவடியில் காணப்படாத எழுத்து 127

11. ரம்போவின் இறுதி நாட்கள் 137

12. நெத்தலி மீன் 156

இலக்கு

அன்று எனது அப்பா நேர காலத்துடன் வீட்டுக்கு வந்திருந்தார். அவர் தெருவில் சைக்கிளை மிதித்துக் கொண்டு வரும்போதே நான் கண்டு விட்டேன். 'டாடி வந்துட்டேன், டாடி வந்துட்டேன்' என்று பாடிக் கொண்டே வந்தார்.

என்னை விட ஒரு வயது குறைந்தவளும், எனது உடன் பிறவாச் சகோதரியுமான அத்யெரோவுடன் சேர்ந்து கொண்டு நான் பாடும் பாடல் அது. எமது அப்பா எப்போதும் வீட்டுக்கு வரும்போது பலகாரம், அவித்த சோளம், எள்ளுருண்டை என்று எதையாவது எமக்காக எடுத்துக் கொண்டு வருவார்.

எமது வீட்டுக்கு வரும் பாதை அகலமானது. ஆகவே வீட்டுக்கு வரும் எவரையும் அவர்கள் பாதையில் நடந்து வரும்போதே கண்டுகொள்ளலாம். அவ்வாறே அவர்களுக்கும் எமது வீடு தெளிவாகத் தெரியும். எனது அப்பா அடிக்கடி விதவிதமான தாவரங்களின் நாற்றுக்களையும், விதைகளையும் எடுத்துக் கொண்டு வருவார். எமது தோட்டத்தில் பெரிய பெரிய சவுக்கு மரங்களும், மூங்கில் மரங்களும், யூகலிப்டஸ் மரங்களும் இருந்தன. மா, ஆனைக்கொய்யா, வாழை, தோடை, எலுமிச்சை, பலா, நாவல், துரியன், சீத்தா போன்ற பழ மரங்களும், அரளி, செண்பகம், கொன்றை,

மல்லிகை போன்ற பூ மரங்களும் எங்கள் தோட்டத்தில் செழித்து வளர்ந்திருந்தன. அவ்வாறு எமது வீட்டைச் சூழ்ந்திருக்கும் மரங்களிலிருந்து எழும் பட்சிகளின் கீச்சொலிதான் எம்மை தினந்தோறும் காலையில் துயிலெழுப்பி வந்தன. சில நேரங்களில் நாங்கள் அந்தப் பறவைகளின் குரலுக்கு எதிர்ப்பாட்டும் பாடுவோம்.

'குருவியே குருவியே இன்றுன் அம்மா என்ன சமைத்திருக்கிறார்?'

'கீ...கீ...கீரை' என்று குருவி பதிலளிக்கும்.

எனது அம்மா கீரை வகைகளோடு கத்தரி, மரவள்ளி, வெண்டி போன்ற காய்கறிகளையும் எமது வீட்டைச் சுற்றி பயிரிட்டிருந்தாள். அவளுக்கு சமைக்கத் தேவைப்படும்போது அவள் என்னைத்தான் அவற்றைப் பறித்துக் கொண்டு வர அனுப்பி வைப்பாள். ஒரு கிலோமீற்றர் தொலைவில் எமது விவசாய நிலம் இருந்தது. நாங்கள் அதில் சக்கரைவள்ளிக் கிழங்கு, சோளம், மொச்சை, அவரை போன்றவற்றைப் பயிர் செய்து வந்தோம்.

1986 இல் யொவேரி முசவேனி உகாண்டாவின் ஜனாதிபதியாகப் பதவியேற்றதோடு நாட்டில் அமைதியை நிலைநாட்டினார். அவரது ஆட்சியின் போது, மொத்த அகோலி இனத்தவர்களையும் கொன்றழிக்கப் போவதாக வதந்திகள் கிளம்பியிருந்தன. காரணம், அவரது கிளர்ச்சி நடவடிக்கைகளுக்கான கோட்டையான லுவேரா மாவட்டத்திலிருந்த சிலரை அகோலி இனத்தவர்கள் கொன்றிருந்தார்கள். இருந்தாலும், அன்றிலிருந்து கொலைகள் பற்றியோ, பழி வாங்கல் நடவடிக்கைகள் பற்றியோ எவ்விதத் தகவல்களையும் நாங்கள் கேள்விப்படாததால், நாங்கள் நிம்மதியாக இருக்கத் தொடங்கியிருந்ததோடு, இனி மேல் எவ்விதமான பழிவாங்கல் நடவடிக்கைகளும் நடக்காது என்றும் நம்பியிருந்தோம்.

அன்று மாலை நேரம், எனது அப்பா வேலை விட்டு வரும்போதே மிகவும் களைப்பாகக் காணப்பட்டார். தமது ஆடுகளோடும், கோழிகளோடும் எந்த நோயாளியும் அன்று அவருக்காகக் காத்திருக்காததால், நான் அவரது சாய்கதிரையை எடுத்துக் கொண்டு வந்து முற்றத்திலிருந்த மா மரத்தடியில் விரித்து வைத்தேன். அவர் செய்தியறிக்கையைக் கேட்பதற்காக, தனது வானொலிப் பெட்டியை எடுத்துக் கொண்டு வந்து அதில் அமர்ந்து கொண்டார்.

'லம்வாகா, போய் எனக்குக் கொஞ்சம் தண்ணீர் எடுத்துக் கொண்டு வந்து தாயேன்' என்றார் அப்பா. அவர் கேட்டிருக்கா விட்டாலும் கூட நான் அவருக்காகத் தண்ணீர் எடுக்கத்தான் போய்க் கொண்டிருந்தேன். ஆனாலும் அவர் கேட்டு விட்டிருந்தார்.

எனது அம்மா சக்கரைவள்ளிக் கிழங்கோடு, மொச்சையை சமைத்துக் கொண்டிருந்தாள். அந்த உணவின் வாசனை வளாகம் முழுவதும் பரவியிருந்தது. விறகடுப்பின் காரணமாக சமையலறை முழுவதும் புகையினால் மூடப்பட்டிருந்தது. ஆகவே நான் அங்கு தொடர்ந்தும் இருக்க விரும்பவில்லை. வீட்டுக்கான பாதையின் முடிவில் நேராக எமது சமையலறைதான் இருந்தது. அதற்கும் பிரதான தெருவுக்குக்கும் இடையில் ஒரு மீற்றர் அளவுதான் இடைவெளி இருக்கும். நான் எட்டிப் பார்த்தபோது சில ஆண்கள் எமது வீட்டுக்கான பாதையில் வந்து கொண்டிருப்பது தென்பட்டது என்றாலும், புகையின் காரணமாக நான் அவர்கள் யார் என்பதை அவ்வளாகக் கவனத்தில் கொள்ளவில்லை.

''யாரோ கொஞ்சம் பேர் வந்துட்டிருக்காங்க'' என்று நான் அப்பாவிடம் தண்ணீரைக் கொடுக்கும்போது கூறினேன்.

''நோயாளி யாரையாவது தூக்கிட்டு வாறாங்களா?'' என்று கேட்டார்.

நாங்கள் தொடர்ந்தும் கதைப்பதற்கு முன்பே அந்த ஆடவர்கள் நேராக அப்பாவிடம் வந்தார்கள். எனது அம்மா சமையலறையிலிருந்து வெளியே வந்தாள்.

அவர்களது தோள்களில் துப்பாக்கிகள் தொங்கிக் கொண்டிருந்தன. அவர்கள் மேற்சட்டை ஏதுமின்றி காக்கி காற்சட்டைகளை மாத்திரம் அணிந்திருந்தார்கள். அவர்களது கால்களில் சாதாரண சப்பாத்துக்கள்தான் இருந்தனவேயன்றி கனமான சப்பாத்துக்களோ, பூட்ஸ்களோ இருக்கவில்லை. இதற்கு முன்பு நான் கண்டிருந்த படையினர்கள் காக்கி காற்சட்டைகளும், அவற்றுக்குப் பொருத்தமான மேற்சட்டைகளும், கனத்த சப்பாத்துகளும்தான் அணிந்திருந்தார்கள்.

‘ஏமாற்றும் உடுப்பெல்லாம் உட்பூசல்களுக்காக...

ஏமாற்றும் உடுப்பெல்லாம் பெருமைக்காக...’ என்று முன்பு அவர்களைக் காணும்போது நாங்கள் எமக்குள் பாடுவோம்.

மா மரத்தடியில் அமர்ந்திருந்த எனது அப்பாவைச் சந்திக்க அன்று வந்திருந்த அவர்கள் நட்பாக இருப்பவர்கள் போலத்தான் தென்பட்டார்கள். ஏதோ அவர்களுக்கு நாங்கள் முன்பே அறிமுகமானவர்கள் போல எம்மிடமும் அவர்கள் நலம் விசாரித்தார்கள். எனது அம்மா அவர்களுக்கு குடிக்கத் தண்ணீரும், உட்கார கதிரைகளும் கொண்டு வந்து கொடுத்தாள். அவர்கள் உட்கார மறுத்தார்கள் என்றாலும் தண்ணீரை வாங்கிக் கொண்டார்கள். எனது அம்மா சமையலறைக்குத் திரும்பிப் போனாள். இருந்தாலும், அவள் இங்கு என்ன நடக்கிறதென்பதை நிச்சயமாக அவதானித்துக் கொண்டுதான் இருப்பாள் என்பதை நான் அறிவேன். நான் அப்பாவின் அருகிலேயே தரையில் அமர்ந்து கொண்டேன். அங்கு என்ன நடக்கிறது என்பதை அறிய விரும்பினேன்.

உட்கார்ந்திருக்கும் ஒருவரைச் சுற்றி நின்று கொண்டால், அவரின் இரத்தத்தை உறிஞ்சுவதைப் போலிருக்கும் என்று அவர்களின் தாய்மார்கள் அவர்களுக்குக் கற்றுக் கொடுக்கவில்லை என்பது போல அந்த ஆண்கள் அனைவரும் அப்பாவைச் சுற்றி வர நின்று கொண்டிருந்தார்கள். எனது அப்பா தனது சாய்கதிரையில் அசௌகரியமாக அமர்ந்திருந்தார்.

'பெரியவரே, நல்லாயிருக்கீங்களா?' என்று ஏதோ இப்போது நலம் விசாரித்தது அவர்களல்ல என்பதைப் போல திரும்பத் திரும்பக் கேட்டார்கள்.

வானொலியில் ஒரு நாடகம் ஒலிபரப்பாகிக் கொண்டிருந்தது. அவர்கள் மட்டும் அப்போது அங்கு இருந்திருக்கவில்லையென்றால் அந்த நாடகத்தை நாங்கள் எவ்விதத் தடங்கலுமின்றி கேட்டு ரசித்திருப்போம். அவர்கள் தம்மை அறிமுகப்படுத்திக் கொண்டார்கள். லாலியாவிலிருந்து ஒக்கெல்லோ, அனகாவிலிருந்து ஓதிம், கோச்கோமாவிலிருந்து லாரெம், போர்கோடிலிருந்து யேகோ, லகேகொக்கொட்டிலிருந்து வாக்கா. வருடங்கள் கடந்திருந்த போதிலும், அந்த ஆண்களின் பெயர்கள் அனைத்தும் இப்போதும் எனக்குநினைவிருக்கிறது. அவர்களின் முகங்கள் என் மனதில் இருந்து மறையவேயில்லை.

'இவளா? இவள் என்னோட மகள் லம்வாகா. மூத்த பிள்ளை. நீங்கள் எப்படி?'

'லம்வாகா நீ சின்னப் பிள்ளை என்பதால எனக்கொரு கோழி தர வேண்டும்' என்றான் வாக்கா. பின்னர் அப்பாவின் பக்கம் திரும்பி 'நான் எப்ப பிறந்தேன்னு எனக்கே தெரியல. என்னோட அம்மாவும் ஒருபோதும் சொன்னதில்ல' என்றான்.

நான் ஒருபோதும் எனது அப்பாவின் அருகிலோ, வேறு பெரியவர்கள் அருகிலோ நின்று கொண்டிருக்க அனுமதிக்கப்பட்டதேயில்லை. ஏதோ நான் அவர்களது இரத்தத்தை உறிஞ்சிக் குடிக்கக் காத்திருப்பது போல அவர்கள் என்னை அப்புறப்படுத்தி விடுவார்கள். எனக்கு அப்பாவிடம் ஏதேனும் கேட்க வேண்டுமென்றாலோ, எனது அம்மா அவரிடம் ஏதேனும் கேட்டு வரும்படி என்னை அனுப்பினாலோ நான் அவர் முன்பாக முழந்தாழிட்டுத்தான் கேட்க வேண்டியிருந்தது. ஆகவே அந்த ஆண்கள் அவர் முன்னால் நின்று கொண்டிருந்தது என்னைத் திகைப்படைய செய்திருந்தது. ஆகவே அவர்கள் என்ன கதைக்கிறார்கள் என்பதை அவதானித்துக் கொண்டேயிருந்தேன்.

'லம்வாகா, வீட்டுக்குள்ள வா' என்று எனது அம்மா என்னை உள்ளே அழைத்தாள். அவளது குரலைக் கேட்டு நான் உடனடியாக சமையலறைக்குச் சென்றேன்.

'பெரியவங்க கதைக்கிறதை நீ ஏன் கேட்டுக் கொண்டிருக்கிறாய்? என்னோட பிள்ளை, பிள்ளை மாதிரி இருக்கணும்' என்றாள்.

என்னை வெகுநேரம் சமையலறையில் இருக்க விடாதவாறு அப்பாவின் குரல் என்னை அழைத்து வளாகத்தில் சுற்றித் திரிந்த கோழியொன்றைப் பிடித்து வரும்படி எனக்குக் கட்டளையிட்டது. எனது அப்பா இதுவரை ஒருபோதும் என்னிடம் கோழி பிடிக்கச் சொன்னதில்லை. அது எனது அம்மாவின் பொறுப்பாக இருந்தது. எது சாப்பிட உகந்த கோழி என்பதை அவள் மாத்திரம்தான் அறிந்திருந்தாள்.

நான் நேராக மூங்கில் மரத்தடிக்குச் சென்றேன். அங்கேதான் வழமையாக கோழிகள் சுற்றித் திரியும். நான் அவற்றிலொன்றை பதுங்கிப் பதுங்கி பிடிக்க முனைந்த போது அவை பல்வேறு திசைகளிலும் ஓடின. எப்போதும் கோழியொன்றைப் பிடிக்க

முனையும்போது அவை இவ்வாறு தப்பியோட முனைவது எனக்குப் பிடிக்கவேயில்லை. எனது தம்பி ரிச்சர்டும் என்னோடு இணைந்து கொண்டான். கடைசியில் அவன்தான் ஒரு கோழியைப் பிடித்தான்.

'நாங்க ஏன் அவங்களுக்கு கோழியைக் கொடுக்கணும்?' என்று ரிச்சர்ட் கேட்டான்.

'துப்பாக்கிகளோடு நிற்குற அந்த ஆட்களுக்குத் தேவையாக இருக்கும்' என்றேன்.

'இவங்களைப் போல சில பேர் கொரீனா வீட்டிலயும் கோழிகளைக் கேட்டு வாங்குறத நான் கண்டேன்.'

'ஆஹ்' எனக்கு என்ன சொல்வதென்று தெரியவில்லை.

நாங்கள் கோழியோடு திரும்பி வந்த போது, எனது அப்பாவின் தோழர்களான அபாவும், ஒரூப்பும் அவரது அருகில் அமர்ந்திருந்தார்கள். அந்த ஆயுததாரிகள் அப்போதும் நின்று கொண்டேயிருந்தார்கள். அவர்கள் இப்போது போக அவசரப்படுவதாகத் தெரிந்தது. ரிச்சர்ட், அவர்களுள் ஒருவனிடம் கோழியை ஒப்படைத்தான். அவன் அதைத் தனது உடலிலிருந்தும், துப்பாக்கியிலிருந்தும் தள்ளிப் பிடித்துக் கொண்டதும் அது நெளிந்தது. தரையில் எச்சமிட்டது.

'நன்றி' என்றான். அவர்கள் எனது அப்பாவிடம் நன்றி தெரிவித்து விடைபெற்றதோடு வந்த வழியே திரும்பிச் சென்று ப்வோபோ நகரம் இருந்த இடது திசைப் பக்கமாகப் போனார்கள்.

ரிச்சர்டும், நானும் அந்த இடத்திலேயே சிறிது நேரம் நின்று கொண்டிருந்தோம். எனது அப்பாவோ, அவர்களது தோழர்களோ சற்று நேரம் கழியும் வரை எதுவுமே பேசிக் கொள்ளவில்லை. சிறிது நேரத்துக்குப் பிறகு,

'நிலைமை இன்னும் மோசமாகலாம்' என்றார் அபா.

எனது அம்மா சமையலறையிலிருந்து வெளியே வந்தாள். அவள் உணர்ச்சிவசப்பட்டிருந்தது போல காணப்பட்டாள். அன்று காலையில்தான் கிணற்றடியில் வைத்து ப்வோபோ நகரத்தில் இப்படியான பலர் இருப்பதாகவும், இன்னும் நிறையப் பேர் அவர்களுடன் இணைந்து கொண்டிருப்பதாகவும் பெண்கள் அவளிடம் சொல்லியிருந்தார்கள். அதன் பிறகுதான் நாங்கள் கவனமாக இருக்க வேண்டியிருந்தது.

சந்தை வியாபாரி

இறைவனின் எதிர்ப்பு இராணுவம் (LRA) எனும் போராளிகள் குழுவால் தொடர்ச்சியான தாக்குதல்கள் நடைபெற்றுக் கொண்டிருந்த பகுதியான அலொகொலும் கிராமத்தில்தான் நான் வளர்ந்து வந்தேன். அந்தப் பகுதியில் யுத்தம் நடக்கும்போது எதிரெதிர் தரப்பினரின் தாக்குதல்களின் இடையில் கிராமத்தவர்கள் அகப்பட்டுக் கொள்வது வழமையாக இருந்தது. உண்மையில் ஒரு தாக்குதல் நிகழ்ந்து கொண்டிருக்கும்போது இதுதான் இறுதித் தாக்குதலாக இருக்கும் என்று நாங்கள் நம்பினோம். எமது வீட்டிலிருந்து ஐந்து கிலோமீற்றர் தொலைவிலிருந்த லகோர் சந்தைக்கு ஒன்பது வயதுச் சிறுமியான என்னை தனியாக அனுப்பி வைத்த நாளிலும் எனது அம்மா அவ்வாறுதான் நம்பியிருந்திருப்பாள்.

அன்று, தனியாக அனுப்பி வைக்கப்பட்டதில் நான் மகிழ்ச்சியடைந்திருந்தேன். நானே விதைத்துப் பயிரிட்டு அறுவடை செய்திருந்த, அவித்து உப்பிட்டுச் சாப்பிடக் கூடிய வேர்க்கடலைகளை விற்று வரப் புறப்பட்டிருந்தேன். என்னைப் பொறுத்தவரையில், இது ஒரு பாரிய சாதனைதான். காரணம், விளைச்சல் அதிகளவில் கிடைத்திருந்தது. என்னையே நான் மிகப் பெரும் விவசாயியாக எண்ணிப் பெருமிதப்பட்டேன். வேர்க்கடலையுடன், வார இறுதிகளில்

நான் பராமரித்து வந்த மக்காச்சோள பயிர்நிலமொன்றும் எனக்குரியதாக இருந்தது. நான் ஒரு நிஜ விவசாயியாக ஆகப் போவதற்கு அவை சான்றளித்துக் கொண்டிருந்தன. எப்படியும் வேர்க்கடலை விற்பனையில் கிடைக்கும் பணம் முழுவதும் எனது அம்மாவுக்கே போய்ச் சேரும் என்பதையும் நான் அறிந்திருந்தேன். உண்மையில் எனக்கு பணம் தேவைப்படவும் இல்லை. எனக்குப் பசியெடுக்கும்போது பலகாரங்களை வாங்கிச் சாப்பிடத் தேவையான சில்லறைக் காசுகளை எனது அம்மா ஏற்கெனவே என்னிடம் தந்து விட்டிருந்தாள்.

நான் சந்தையைப் போய்ச் சேர்ந்ததுமே என்னிடமிருந்த பெருமளவு வேர்க்கடலைகளையும் ஜோ மாடிமோ மஜென்டோவுக்கு விற்று விட்டேன். வியாபாரப் பெண்மணியான அவர் தெருவோரமாகக் காத்திருந்து வேர்க்கடலை, பயறு, சிறுதானியம், அவரை, வாழைப்பழங்கள், தக்காளி போன்றவற்றை சந்தையில் விற்க வருபவர்களிடமிருந்து அவற்றைக் குறைந்த விலைக்கு வாங்கி பின்னர் கூடிய விலைக்கு விற்பவர். அங்கிருந்த ஒவ்வொரு குழுவினரும் அவர்களைத் தாண்டிச் செல்பவர்களிடம் என்ன விற்பனைக்கு உள்ளதெனக் கேட்டவாறே தேவையான பொருட்களை வாங்கினார்கள். நான் திறந்த பாத்திரமொன்றில் வேர்க்கடலைகளை எடுத்து வந்திருந்ததால் நான் என்ன கொண்டு வந்திருக்கிறேன் என்று எவரும் கேட்கவில்லை. அவர்கள் என்னை நிறுத்தி 'ஹேய் சின்னப் பொண்ணு, ஒரு கோப்பை வேர்க்கடலை எவ்வளவு?' என்று கேட்டார்கள்.

'சின்னப் பொண்ணுன்னு என்னைக் கூப்பிடாதீங்க' என்று அவர்களை நோக்கிக் கத்த வேண்டும் என்று எனக்குத் தோன்றிய போதிலும் தாழ்மையாக 'ஐம்பது காசுகள்' என்றேன். பின்னர், அவர்களது தேவைக்கேற்ப வேர்க்கடலைகளைக் கோப்பையில்

நிரப்பி அளந்து காகிதச் சுருளில் இட்டு விட்டு, எனது வலது கையால் இன்னும் சில வேர்க்கடலைகளை எடுத்து அதில் இட்டுக் கொடுப்பேன். ஒவ்வொரு தடவையும் 'அளவுக்குக்கதிகமா போட்டுக் கொடுத்துடாதே' என்ற எனது அம்மாவின் அறிவுரை வார்த்தைகள் எனக்கு நினைவுக்கு வந்தன.

எமது வீடு மிக விசாலமானது. எனது அம்மாவும், சித்தியும் தனித்தனியாக சமையலறைகளைக் கொண்டிருந்ததோடு, எனது ஆறு அண்ணன்மாரும் திருமணம் முடித்து, அவர்களது மனைவியரும் தமக்குச் சொந்தமான சமையலறைகளைக் கொண்டிருந்தார்கள். வீட்டிலிருந்து யாராவது சந்தைக்குப் போவதாக ஒரு வார்த்தை கிளம்பி விட்டால் போதும். ஒவ்வொரு தடவையும் அங்கிருந்த பெரும்பாலானோருக்கு அந்த வாய்ப்பைப் பயன்படுத்தி தமக்குத் தேவையானவற்றை வாங்கி வரச் சொல்லத் தோன்றும். ஆகவே, சந்தையிலிருந்து திரும்பிப் போகும்போது வாங்கிக் கொண்டு போகவென என்னிடம் ஒரு பட்டியலே இருந்தது.

எனது அம்மாவுக்காக, ஒரு கண் குருடான மூதாட்டியிடமிருந்து சமையல் எண்ணெய்யும், இடது தோள்பட்டை எரிந்து போன பெண்ணிடமிருந்து வெங்காயமும், சந்தை வியாபாரியான எமது அயல்வாசிப் பெண்ணான அனிதாவிடமிருந்து புதிய தக்காளிகளும், சந்தையின் ஒரு மூலையிலிருந்த கடையிலிருந்து சவர்க்காரமும், உப்பும் வாங்கிச் செல்ல வேண்டியிருந்தது. எனது அண்ணிக்கு சூரியகாந்தி சமையல் எண்ணெய்தான் தேவையாம், மக்காச்சோள எண்ணெய் வேண்டாமாம். அத்தோடு வெங்காயங்களும் பெரியவையாகவும், உருண்டையானவையாகவும் இருக்க வேண்டும் என்று கூறியிருந்தாள். எனது சித்திக்கோ முற்றாத வெங்காயங்கள்தான் தேவை. அத்தோடு அவற்றையும் உப்பு அளந்த தராசில் போட்டு அளந்து தராமல் பார்த்துக் கொள்ள வேண்டும்.

ஆகவே நான் சந்தையை அடைந்ததுமே எனது உறவினருக்குத் தேவையானவற்றை வாங்கி வைத்துக் கொண்டேன். காரணம், அவர்கள் விவரித்த அதே பொருட்களைத்தான் நான் வாங்க வேண்டியிருந்தது. அவ்வாறில்லாமல், தக்காளிகள் பழமாக இல்லாமல் இருந்தாலோ அல்லது சமையல் எண்ணெய்க்குப் பதிலாக உப்பை வாங்கியிருந்தாலோ நான் சிக்கலில் விழுந்து விடுவேன். எனது அம்மாவும் அவளது பங்குக்கு, ஏதோ நான் சந்தையை அடைந்ததுமே அவள் தந்த பட்டியலில் இருந்த எழுத்துகள் பறந்து போய்விடும் என்று நினைத்தோ என்னவோ அவளுக்குத் தேவையானவற்றை பல தடவைகள் மீண்டும் மீண்டும் எனது காதில் சொல்லி அனுப்பி விட்டிருந்தாள்.

இந்த அனைத்துப் பொருட்களையும் வாங்குவதற்காக அலைந்து அலைந்தே நான் சோர்ந்து விட்டிருந்தேன். அவற்றுக்காக சந்தையை நான் பல தடவைகள் சுற்றி வர வேண்டியிருந்தது. சடுதியாக, மக்காச்சோளக் கடையில் என்னுடன் ஒரே பாடசாலையில் படித்து வந்த சிறுமியான லமுனுவைக் கண்டதும் நான் உற்சாகமாகி விட்டேன். அவள் பாடசாலையில் எப்போது மக்காச்சோளங்களை வைத்திருப்பாள். அவளது சிநேகிதிகளுக்கும் கொடுப்பாள். இடைவேளை நேரத்தில் அவளிடமிருந்து மக்காச்சோளங்களை இலவசமாகப் பெற்றுச் சாப்பிடவென்றே சில மாணவிகள் அவளுடன் நட்பாக இருந்தார்கள் என்பதை நான் அறிந்திருந்தேன். அவளிடமிருந்து நான் ஆறு மக்காச்சோளங்களை வாங்கினேன். அவற்றுள் இரண்டை அவளுக்கே சாப்பிடக் கொடுத்தேன். ஆகவே, அவள் என்னை மறக்க மாட்டாள். அதாவது, எனக்கும் பாடசாலையில் வைத்து இலவசமாக சில மக்காச்சோளங்கள் இனி கிடைக்கக் கூடும் என்று மறைமுகமாக எதிர்பார்த்தேன்.

அவள் எனக்கு தன்னருகே அமர்ந்திருக்க இடம் கொடுத்தாள். நான் மக்காச்சோளத்தைச் சாப்பிட்டு லமுனுவின் தண்ணீரையும் எடுத்துப் பருகினேன். அவளருகே அரை மணித்தியாலம் போல அமர்ந்து இருந்திருப்பேன். இடையிடையே, அவளுக்காக என்னை மக்காச் சோளங்களை விற்க அனுமதித்தாள். வண்ணமயமாக அழகாக ஆடைகள் அணிந்திருந்த பெண்ணொருத்தி விலைகளைக் குறைக்க பேரம் பேசிக் கொண்டிருந்ததை நாங்கள் வேடிக்கை பார்த்துக் கொண்டிருந்தோம். சிறுவர்கள் சவர்க்காரம், உப்பு மற்றும் என்னவெல்லாம் வாங்கிக் கொண்டு வரச் சொல்லி அனுப்பப்பட்டிருந்தார்களோ அவற்றையெல்லாம் வாங்கிக் கொண்டிருந்தார்கள்.

வாடிக்கையாளர்கள் போனதும் லமுனுவும், நானும் விளையாடினோம். சந்தை வழமை போலவே பரபரப்பாக இருந்தது. ஆசிரியர்களுக்கும், படையினருக்கும் இப்போதுதான் சம்பளம் கிடைத்திருக்கிறது என்றும், அதனால் அவர்களால் தமது குடும்பத்துக்குத் தேவையான சுவையான உணவுகளை வாங்க முடிகிறது என்றும் லமுனு கூறினாள்.

திடீரென எனக்குள் உடனடியாக சந்தையிலிருந்து வெளியேறி விட வேண்டும் என்ற கடுமையான உந்துதல் தோன்றியது. லமுனு அவளுடனே வெகுநேரம் இருக்குமாறு என்னை வற்புறுத்தினாள். அடுத்த வாடிக்கையாளருக்கு நான் விற்பனை செய்யலாம் என்றும் அவள் கூறிய போதும் நான் அதைப் பொருட்படுத்தவில்லை. உணவுப் பதார்த்தங்களை வாங்கிக் கொண்டிருந்த ஆட்களை ஊடுருவியவாறு நான் சந்தையின் மதில்களைக் கடந்து வெளியேறுவதற்காக போய்க் கொண்டிருந்தேன். சந்தையின் மதில்களைக் கடந்து நான் வெளியேறியதுமே சந்தைக்குள் ஒரு பேரோசையைக் கேட்டேன்.

அந்தச் சத்தம் கைக்குண்டொன்று வெடித்ததால் எழுந்த ஓசை என்பதை பல வருடங்களாக நடைபெற்று வந்த யுத்தம் எனக்கு கற்றுக் கொடுத்திருந்தது. தொடர்ந்து, இரண்டாவது கைக்குண்டு வெடிக்கும் ஓசையும் எழுந்தது. போராளிகளால் இரண்டு கைக்குண்டுகள் சந்தையை நோக்கி எறியப்பட்டதையும், ஒன்று மக்காச்சோளக் கடையை நோக்கியும், மற்றையது வற்றாளைக் கிழங்குகளை விற்கும் இடத்தை நோக்கியும் வீசப்பட்டிருந்தன என்பதை நான் பின்னர் அறிந்து கொண்டேன். அரச படையினரால் துப்பாக்கி வேட்டுகள் தீர்க்கப்பட்டுக் கொண்டிருந்தன. என்ன செய்வதென்று அறியாத நான் நடுத் தெருவில் ஓடினேன்.

வழமையாக எமது வீட்டுக்கு அருகில் துப்பாக்கி வேட்டோசைகள் கேட்கத் தொடங்கியதுமே நாங்கள் மூன்று நிமிட ஓட்டத் தூரத்திலிருந்த பாடசாலைக்கு அபயம் தேடி ஓடி விடுவோம். அது சாதாரண ஓட்டமல்ல. பிசாசொன்று உங்களைத் துரத்தினால் எப்படி வேகமாகத் தப்பித்து ஓடுவீர்களோ, அவ்வாறான ஓட்டம் அது.

எனது உடன்பிறவாச் சகோதரனான ஜோர்ஜ் அன்று நான் ஓடியதைக் கண்டு 'நடுத் தெருவால ஓடாதே' என்று என்னை நோக்கிக் கத்தியதை இன்று நான் அறிவேன். ஆனால் அப்போது எனக்கு ஒலித்துக் கொண்டிருந்த வேட்டுச் சத்தங்கள் மாத்திரமே நினைவிருந்தன. ஒரு துப்பாக்கி ரவையின் இலக்கு தவறினாலோ அல்லது வெறுமனே காற்றில் சுடப்பட்டாலோ டப் டப் டப். அது சரியாக இலக்கைத் தாக்கினால் டுப் டுப் டுப். இதைத் தாண்டி என்னால் எந்த வேறுபாட்டையும் சொல்லத் தெரியவில்லை.

அவ்வாறான சந்தர்ப்பத்தில் கடைப்பிடிக்க வேண்டிய 'துப்பாக்கி வேட்டுச் சத்தம் கேட்காத வரைக்கும் தரையில் படுத்திருக்க வேண்டும். பிறகு பாதுகாப்பாக எழுந்து கொள்ள வேண்டும்' போன்ற

ஒழுங்குகளையும் நான் அறிந்திருக்கவில்லை. எவ்வாறாயினும் நான் ஓடிப் போய்ப் பற்றைகளிடையே பதுங்கியிருந்து பின்னர் எனது கார்மெல்லா அத்தை வீட்டுக்குச் செல்லும் ஒற்றையடிப் பாதையில் நடந்தேன். கையிலிருந்த எனது பாத்திரத்தைத் தவிர நான் வாங்கியிருந்த அனைத்தையும் தொலைத்து விட்டிருந்தேன்.

நான் நடுங்கிக் கொண்டிருந்தேன். எனது உதடுகள் வரண்டு போய், நாக்கு மேலண்ணத்தோடு சற்று நேரம் ஒட்டிப் போயிருந்தது. அத்தையிடம் என்னால் எதையும் சொல்ல முடியவில்லை. எனது அத்தை எனக்குப் பிடித்த உணவான வற்றாளைக் கிழங்கினால் செய்யப்பட்ட உணவை சாப்பிடத் தந்தாள். ஆனாலும் என்னால் சாப்பிட முடியவில்லை. வழமையாக எனக்குள் எப்போதும் ஒரு பசி இருந்து கொண்டிருக்கும். நான்தான் எமது கிராமமான அலோகொலும் கிராமத்திலிருக்கும் அநேகமான சிறுவர்களை விடவும் எப்போதும் எடை கூடியவளாக இருந்தேன். இருந்தாலும் அன்று, எதுவுமே எனது தொண்டையால் இறங்கவில்லை. நானும் எனது அத்தையும் பிரதான வீதியில் ஆள் நடமாட்டம் தோன்றும் வரையில் காத்திருந்தோம். பின்னர் அவள் இரண்டு கிலோமீற்றர்கள் தொலைவில் இருந்த எனது வீட்டுக்கு நடந்து செல்ல என்னை அனுமதித்தாள்.

நான் எனது வீட்டை அடைந்த போது, எனது அக்காவான ஃப்ளோ அயல்வீட்டுப் பெண்ணின் கூந்தலைப் பின்னிக் கொண்டிருப்பதைக் கண்டேன். நான் சந்தையில் குண்டுகளிலிருந்து அப்போதுதான் தப்பி வந்திருந்ததை அறியாதவள் போல அவள் என்னை வழமை போலவே சாதாரணமாக வரவேற்றாள். அடுகுவின் கூந்தலைப் பின்னுவதைத் தொடர்ந்த அவள் எமது அம்மா என்னைத் தேடி சந்தைக்குப் போயிருப்பதாகச் சொன்னாள்.

சற்று நேரத்தில் சிறு தானியங்களைச் சேகரித்து வைக்கும் பெரிய சாக்கொன்றை கையில் எடுத்துக் கொண்டு அம்மா வீட்டுக்கு வந்து சேர்ந்தாள்.

'நீ வீட்டுக்கு வந்து சேர ஏன் இவ்வளவு நேரம் எடுத்தது?' என்று அவள் கேட்டாள். நான் புன்னகைத்தேன். எனக்கு என்ன பதில் அளிப்பது என்று தோன்றாத வேளைகளிலெல்லாம் நான் அவ்வாறுதான் செய்வேன்.

'நான் விசாரிச்சவங்க எல்லோருமே வேர்க்கடலை விற்ற சின்னப் பொண்ணு சந்தைக்கு வந்ததுமே எல்லா வேர்க்கடலைகளையும் விற்றுட்டாள்னுதான் சொன்னாங்க' என்றாள்.

மக்கள் எப்போதும் என்னைப் பற்றிச் சொல்லக் கூடிய ஒரு வார்த்தையை அன்று நான் அறிந்து கொண்டேன். ஃப்ளோவின் கையிலிருந்த சீப்பை வாங்கிக் கொண்ட நான் அடுகுவின் கூந்தலைப் பின்னத் தொடங்கியதும் ஃப்ளோ எனது கையைத் தட்டி விட்டாள். எனது அம்மா எனது காதைப் பிடித்துத் திருகினாள். அது நான் ஏதேனும் தவறிழைக்கும்போது வலிக்குமாறு செய்வதைப் போல அல்லாது 'நீ உயிருடன் இருப்பதில் மகிழ்கிறேன்' என்று கூறுவதைப் போல இருந்தது.

என்னை சந்தைக்கு என்னவெல்லாம் வாங்கி வர அனுப்பினார்களோ அந்தப் பொருட்களைப் பற்றி அவர்கள் எவரும் என்னிடம் கேட்கவேயில்லை. உண்மையில் என்ன நடந்தது என்றும் நான் எவரிடமும் கூறவுமில்லை. எனது உடன்பிறவா சகோதரனான ஜோர்ஜ் மாத்திரம் 'நடுத் தெருவால ஓடாதே' என்று அன்று கத்தியதாக என்னிடம் இப்போதும் நினைவூட்டுகிறான். அவன் கத்தியது எனக்குக் கேட்கவேயில்லை என்பதையும் நான் அவனிடம் ஒருபோதும் சொல்லவும் மாட்டேன்.

வேர்க்கடலைகளை விற்பதற்காக சந்தைக்கு வந்த தமது மகளைத் தேடி வந்த எனது அம்மாவும், அப்பாவும் சந்தையில் வைத்து சந்தித்துக் கொண்டதை நான் பின்னர் அறிந்து கொண்டேன். எனது அப்பா சந்தைப் பக்கமாக கைக்குண்டுகளின் ஓசைகளைக் கேட்டதுமே அவரது நாட்டுக் கள்ளை கை தவறி கீழே விழ விட்டிருந்தார்.

சிதறியிருக்கும் எனது உடல் பாகங்களை அள்ளிப் போட்டுக் கொண்டு வீட்டுக்கு எடுத்து வரத் தேவைப்படும் என்று நினைத்த அம்மா வீட்டிலிருந்து சாக்கொன்றை எடுத்துச் சென்றிருந்தாள். எனது அப்பா சந்தையில் போர்த்தி வைக்கப்பட்டிருந்த சடலங்களின் துணியை விலக்கிப் பார்த்த வேளையில், எனது அம்மா முகம் திருப்பிக் கொண்டாளாம். பின்னர் அவர்கள் பிணவறைக்குப் போய்த் தேடிய போதிலும் அவர்களால் என்னைத் தேடிக் கண்டுபிடிக்க முடியவில்லை. சந்தையிலிருந்தும், லகோர் மருத்துவமனையிலிருந்தும் வெளியேறிய அவர்களது பாதங்கள் கார்மெல்லா அத்தையின் வீட்டை அடைந்தன. அவள்தான் நான் வீட்டுக்குப் போனதை அவர்களிடம் கூறியிருந்தாள். எனது அப்பா மீண்டும் நாட்டுக் கள்ளைக் குடிக்கத் தொடங்கியதோடு, எனது அம்மா இரவுணவை சமைக்கத் தொடங்கியிருந்தாள்.

அந்தச் சம்பவம் நடந்து ஒரு கிழமைக்குப் பிறகு, நான் எனது அலோகொலும் கிராமத்தை விட்டு சில நூறு கிலோமீற்றர்கள் தொலைவில் இருந்த கங்கோலே பெண்கள் பாலர் பாடசாலைக்கு போனேன். லமுனுவுக்கு என்ன நடந்திருக்கும் என இப்போதும் கூட எனக்கு வியப்பாக இருக்கிறது. அன்று அப்பா கண்ட அந்த முகம் லமுனுவுடையதா என்று என்னால் அப்பாவிடம் விசாரிக்க முடியவேயில்லை. காரணம் அவருக்கு அவளைத் தெரியாது.

அன்று நான் அவளிடம் சந்தையை விட்டு என்னுடன் வருமாறு கூறியிருந்தால் அவள் அதை ஏற்றுக் கொண்டிருப்பாளா? அன்று

அப்பா கண்ட அந்த முகம் அவளுடையதாகவும் இருக்கலாம். இல்லாமலும் இருக்கலாம். எவ்வாறாயினும், அவளுக்கு என்ன நடந்திருக்கும் என யோசிப்பதை நான் ஒருபோதும் நிறுத்த மாட்டேன். எப்போதாவது ஒரு நாள் அவளை தெருக்களிலோ அல்லது மகப்பேற்று மருத்துவமனையிலோ தற்செயலாகவாவது நான் காணக் கூடும்.

வெற்றிக் கிண்ணம்

லகோர் பாலர் பாடசாலையின் நூறு மீற்றர் ஓட்டப் போட்டியில் வெற்றி பெற நான் எடுக்கும் நான்காவது முயற்சி இது. கடந்த இரண்டு வருடங்களாக நான் வெள்ளிப் பதக்கங்களைத்தான் பெற்றிருந்தேன். இந்தத் தடவை நான்தான் வெல்வேன் என்பதில் எனக்கு நம்பிக்கை இருக்கிறது. அந்த வெற்றிக் கிண்ணம் ஒவ்வொரு நாளும் என்னை அதை நோக்கி ஈர்த்துக் கொண்டேயிருக்கிறது. என்னால் அதன் காந்த சக்தியை உணர முடிகிறது. பெரும்பாலான ஆட்களைப் போல அல்லாமல் எனக்கு என்ன வேண்டும் என்பது எனக்குத் தெரிந்திருக்கிறது. நான் அதை அடைவேன் என்பது எனக்குத் தெரியும். உதாரணத்துக்கு லாகரையும், அபாலோவையும், அகேலோவையும் குறிப்பிடலாம். அவர்கள் 'இறைவனின் எதிர்ப்பு இராணுவம்' என்று தம்மையே கூறிக் கொள்ளும் கிறுக்குப் பிடித்த போராளிகளால் கடத்தப்பட்டுத் தப்பி வந்து மீண்டும் பாடசாலைக்கு வந்து கொண்டிருக்கிறார்கள்.

அந்தப் போராளிகள் தமது யுத்தங்களில் இவ்வாறான சிறுவர்களைத்தான் பயன்படுத்திக் கொண்டிருக்கிறார்கள். அவர்கள் இது போன்ற ஒரு பாடசாலைக்கு வந்து அனைத்து பிள்ளைகளையும் பலவந்தமாகப் பிடித்துச் சென்று, துப்பாக்கிகளைக் கைகளில் கொடுத்து அவர்களை போரிட கட்டாயப்படுத்தும் சாத்தியம் இருந்தது. சில

நேரங்களில் உங்களுக்கு அதில் ஒரே நாளில் படைத்தலைவன் ஆகும் வாய்ப்பும் இருக்கிறது. ஆகவேதான் சில சிறுவர்கள் காட்டுப் புதர்களுக்குள் நீண்ட காலம் இருக்க வேண்டியிருப்பது குறித்து அவர்கள் கவலைப்படுவதில்லை என்று நினைக்கிறேன். எனது அம்மா அவர்களை நஷ்டவாளிகள் என்றுதான் அழைப்பாள். என்னைப் பொறுத்தவரையில் அவர்கள் ஒரு பைத்தியக்காரக் கூட்டம். அவர்கள் மக்களைக் கொன்றழிப்பதைத் தடுக்க அரசாங்கம் உட்பட யாருமே முன்வரவில்லை. போர் விரைவில் முடிவுக்கு வந்து விடும் என்றுதான் அவர்கள் கூறிக் கொண்டிருக்கிறார்கள். என்றாலும் அது நடக்கவேயில்லை.

போராளிகள் வீடுகளை எரிக்கவும், கொள்ளையடிக்கவும், கொலைகள் புரியவும் சிறுவர்களைப் பயன்படுத்தி வந்தார்கள். அவ்வாறான சிறுவர்கள் திரும்பவும் பாடசாலைக்கு வரும்போது ஆறிப் போன பழங்கஞ்சி போல ஆகியிருப்பார்கள். புனர்வாழ்வு மையங்களாலும் கூட அவர்களைப் பழைய நிலைமைக்கு முழுமையாக மீட்டெடுக்க முடியவேயில்லை. இப்போதெல்லாம் அகேலோ வகுப்பில் கடைசியாக வருகிறாள். முன்பு வகுப்பில் முதலாம் இடத்தை அடைய அவளுடன்தான் போட்டி போடுவேன். எனது விதியும் அவ்வாறு ஆகுவதை நான் விரும்பவேயில்லை. அந்த விடயத்தில் நான் தெளிவாக இருந்தேன்.

நூறு மீற்றர் ஓட்டப் போட்டிக்காக அழைக்கும்வரை நான் காத்துக் கொண்டிருக்கிறேன். ஏனைய சிறுமிகளைப் போல வளாகத்தைச் சுற்றி வர துள்ளிக் குதித்துக் கூச்சலிட்டுக் கொண்டிருக்க நான் ஒன்றும் சின்னப் பிள்ளையல்ல. இப்போதைக்கு அவையெவையும் என்னைத் தொந்தரவு செய்யவேயில்லை. அநேகமான பிள்ளைகள் இப்போது என்னை அவதானிக்கத் தொடங்கியிருக்கிறார்கள். அவர்கள் எனது முதுகுக்குப் பின்னால் கிசுகிசுக்கிறார்கள். அவர்கள் என்ன

சொன்னாலும் எனக்குக் கவலையேயில்லை. 'அந்தச் சிறுக்கிக்கு எயிட்ஸ் தொற்றியிருக்காம். அவளோடு இருக்குற எல்லாப் பிள்ளைகளும் எயிட்ஸால பாதிக்கப்படுவாங்க' என்று ஒரு நாள் அகேலோ கூறியது எனக்குக் கேட்டது. எனக்கு எந்த வியாதியுமில்லை என்பதை நான் அறிவேன் என்பதால் அவளுக்கு நான் பதிலளிக்கவேயில்லை. அவ்வாறானவர்களின் பேச்சைக் கண்டுகொள்ளக் கூடாது என்று எனக்கு அம்மாவும் அறிவுறுத் தியிருந்தாள். ஆனாலும் எனக்கு அவர்களது குட்டை முடியைப் பிடித்திழுத்து அவர்களது அம்மாமாருக்கே கேட்கும் விதமாக அலறச் செய்ய வேண்டும் என்றும் சில வேளைகளில் தோன்றும்.

எனக்கு இப்போது பன்னிரண்டு வயதாகிறது. எனது மார்புகள் வளரத் தொடங்கியிருக்கின்றன. என்னால் ஓட முடியும் என்பதை உணர நான் லாகெரைப் போல காத்திருக்கத் தேவையில்லை. அவளது மார்புகள் பப்பாளிகள் போல தொங்கிக் கொண்டிருக்கின்றன. அவள் ஓடும்போது நீங்கள் பார்க்க வேண்டுமே. சேற்றில் வாத்துக்கள் ஓடுவதைப் போல தத்தித் தத்தி ஓடுவாள். அவள் மூன்று பேரால் ஒரே நேரத்தில் அணியக் கூடிய அளவில் ஒரு பெரிய சட்டையை அணிந்திருப்பாள். அது அவளது மார்புகளை மறைக்கத்தான் என்றாலும் யாரை ஏமாற்றப் பார்க்கிறாளோ?! எமது விளையாட்டுப் பாட ஆசிரியரான திரு.ஒக்கெல்லோவைப் பொறுத்தவரையில் அவள் நல்ல ஓட்டக்காரி. அவர் அவளில் எதைக் கண்டிருப்பார் என்று எனக்கு வியப்பாக இருக்கிறது.அவளுக்கு விளையாட்டில் எந்தத் திறமையும் இருக்கவில்லை. ஒருவேளை பொழுதுபோக்குகளில் இருக்கலாம். திரு.ஒக்கெல்லோ அவளிடம் எதைத்தான் ரசிக்கிறாரோ தெரியவில்லை. ஆண்களைப் பற்றி உங்களுக்குத் தெரியாதா என்ன? போராளிகளின் தலைவனும் அப்படித்தான். அதற்காக திரு.ஓகெல்லாவையும், போராளிகளின் தலைவரையும் ஒப்பிடலாம் என்று நான் கூற வரவில்லை. ஆனால் அவர்கள் விநோதமானவர்கள்!

குறைந்தபட்சம் திரு.ஒக்கெல்லோ, அவரின் பெயருக்கு முன்னால் நீங்கள் 'மிஸ்டர்' என்று இட்டு அழைப்பதன் மூலம் பாடசாலைக்கு தாமதமாக வருவது, வகுப்பறையில் கதைப்பது போன்ற எதையும் உங்களால் சமாளித்து விட முடியும். ஆகவேதான் நான் கனவிலும் கூட அவரை 'மிஸ்டர் .ஒக்கெல்லோ' என்று அழைத்து விடுகிறேன். ஒவ்வொரு தடவையும் நான் ஏதேனும் சிக்கலில் மாட்டும்போது அவரை 'மிஸ்டர். ஒக்கெல்லோ' என்று அழைப்பேன். ஆகவே அவர் என்னைப் போக அனுமதிப்பார். பெரியவர்களின் தலைக்கனத்தை எவ்வாறு கையாள வேண்டும் என்பதை நீங்கள் அறிந்திருக்க வேண்டும். அவர்கள் அதை ஒருபோதும் ஏற்றுக்கொள்ள மாட்டார்கள் என்றாலும், அதைக் கொண்டு எம்மால் காரியத்தை சாதித்துக் கொள்ளலாம். சிறுவர்களான நாங்கள் அவர்களை விடவும் புத்திசாலிகளாக இருப்பதை அவர்கள் அறிந்தால் அவர்கள் வெட்கப்படக் கூடும்.

எனது கைவசம் இல்லாத ஒன்றைக் குறித்து சண்டை பிடிக்கவோ, சர்ச்சை செய்யவோ கூடாதென்று எனக்குத் தெரியும். உங்களிடம் ஒரு விடயத்தைச் சொல்ல வேண்டும். இரண்டு மாதங்களுக்கு முன்பு பாடசாலைக்கு வரும்போது நான் போராளிகளால் கடத்தப்பட்டேன். ஆமாம். உண்மையில் நான் நன்றாகப் பயந்து போனேன். எனக்கு அதில் பெருமை ஏதுமில்லை. நான் எந்தளவு பயந்து போயிருக்கிறேன் என்பதை அவர்களிடம் காட்டிக் கொள்ளவில்லை என்றாலும் நான் நன்றாகப் பயந்து போயிருந்தேன். பயத்தில் ஆடையிலேயே சிறுநீர் கழித்திருப்பேன் என்றாலும் பொது இடங்களில் அவ்வாறானதொரு செயலைச் செய்யும் சிறுமி நான் இல்லை. சில சமயங்களில், ஆட்கள் உங்களை அச்சுறுத்துவார்கள். என்ன செய்வதென்று உங்களுக்குத் தெரியாமல் போய் விடும். ஒன்று தெரியுமா? போராளிகளைப் பொறுத்தவரையில், அவர்களது மண்டைக்குள்ளே என்ன ஓடுகிறது என்பதை உங்களால் ஒருபோதும் கண்டுபிடிக்கவே முடியாது.

இறைவனுக்கு நன்றி. அவர்கள் எம்மை ஓரிடத்தில் பலவந்தமாக உட்கார வைத்து விட்டு ஏனைய சிறுவர்களுக்காக காத்திருக்கத் தொடங்கினார்கள். எம்மிடையே ஒரு சிறுமி இருந்தாள். அவளுக்கு எட்டு வயது இருக்கக் கூடும். அவள் அம்மா, அம்மா என்று அழுது கொண்டேயிருந்தாள். அவள் அங்கே அமர்ந்திருந்து யாரோ இறந்து விட்டதைப் போல விம்மி விம்மி அழுது கொண்டிருந்தாள். ஒரு போராளி அவனது துப்பாக்கியின் கைப்பிடியால் வேகமாக அவளது தலையில் தாக்கினான். அவளது அழுகை உடனே நின்றது. சிலர் தாம் தாக்கப்படும் வரையில் சூழ்நிலையைப் புரிந்து கொள்ளவே மாட்டார்கள். அடி வாங்கிய பிறகுதான், இனி தனது தாயைக் காணப் போவதேயில்லை என்பதை அவள் உணர்ந்திருப்பாள் என்று நினைக்கிறேன். எனக்கும் வீட்டுக்குத் திரும்பிப் போக வேண்டியிருந்தது. எனக்கும், எனது அம்மாவுடன் இருக்க வேண்டும். என்ன செய்வதென்று அம்மாவுக்குத்தான் தெரிந்திருக்கும்.நான் அவர்களிடையே மலேரியா நோய் தாக்கியவளைப் போல நடுங்கியவாறே அமர்ந்திருந்தேன்.

பிறகு, பாரமான பொதிகளைச் சுமந்து செல்ல நான் நிர்ப்பந்திக்கப்பட்டேன். அவர்கள் என்னை அடித்தார்கள். அதற்கு முன்பு பாடசாலையிலும் அடி வாங்கியிருக்கிறேன்தான் என்றாலும் இது வேறு மாதிரியான அடி. கஞ்சாவின் உச்சத்தில் அந்தப் பையன்கள் அடித்துக் கொண்டேயிருந்ததால் நான் மேலும் பயந்து போயிருந்தேன். எனது கிராமத்தில் கஞ்சாச் செடியை வளர்க்கவோ, அதைப் புகைக்கவோ எவருக்கும் அனுமதியில்லை என்று நான் கேள்விப்பட்டிருந்த போதிலும், அது எல்லா இடத்திலும் இருந்ததோடு எவரும் அதற்காக எதிர்த்துப் பேசவுமில்லை. நான் நடந்தேன். கிட்கும் நகரத்திலிருந்து லாஸேக் ஒகோட் வரை பல தினங்களுக்கு நடந்திருப்பேன் என்று நினைக்கிறேன். நான் தாகத்தையும், அச்சத்தையும், தனிமையையும் கடுமையாக உணர்ந்தேன். நம்புங்கள்.

சாதாரண ஆட்களென்றால் இவ்வாறு நடத்த மாட்டார்கள், இந்தளவு தூரத்தை அவர்கள் பேரூந்துகளில்தான் கூட்டிக் கொண்டு போவார்கள், இல்லையா? எனது கால்கள் வீங்கியிருந்தன. இந்தப் பைத்தியக்காரக் கூட்டத்தோடு அதிக காலம் இருக்க மாட்டேன் என்பது எனக்குத் தெரிந்திருந்தது. நாம்தான் உகாண்டாவை ஆளப் போகிறோம் என்று அவர்கள் எம்மிடம் வாக்குறுதி அளித்தார்கள். நான் கடுமையாகப் போராடினால் என்னால் தலைவியாகக் கூட ஆக முடியுமாம். அதாவது அவர்கள் என்ன சொல்ல வருகிறார்கள் என்றால் தலைவியாவதற்கு நீங்கள் ஆட்களைக் குரூரமாகக் கொலை செய்ய வேண்டும். என்னைப் பாருங்கள். எப்படி உயர்ந்து, ஒல்லியாக இருக்கிறேன் என்று பாருங்கள். நான் பிறந்த வேளையில் சாப்பிட்டதுதான் கடைசியாக சாப்பிட்டது என்றுதானே என்னைப் பார்த்தால் தோன்றுகிறது?! நான் கோழியிறைச்சியை விரும்பிச் சாப்பிட்ட போதிலும், அவற்றைக் கூட கொலை செய்ய என்னால் ஒருபோதும் முடியாது. எனது இரத்தத்தைக் கண்டே பயப்படுபவள் நான். நான் பூப்படைந்த போது, ஏதோ நான் செத்துப் போகப் போகிறேன் என்று பயந்து போயிருந்தேன். ஆகவே, நான் இப்போது தவறான கூட்டத்தில் சேர்ந்திருக்கிறேன் என்பது எனக்கு உறுதியாகத் தெரிந்தது.

அன்று அந்தப் போராளிகள் சிறுவர்களின் எண்ணங்களோடு விளையாடிப் பார்த்த விதம் எனக்கு சிரிப்பை வரவழைத்தது. சிறுவர்கள் துப்பாக்கியைத் தொட்டுப் பார்க்கவும், அவற்றை ஏந்திக் கொள்ளவும் மிகுந்த ஆவலாக இருந்ததை நான் அவதானித்தேன். என்னைப் பொறுத்தவரையில், பாடசாலைக்குச் செல்வதையே நான் விரும்பினேன். விஞ்ஞானப் பாட ஆசிரியை லஜ்வேயை எனக்கு மிகவும் பிடிக்கும். பெண்குறி, ஆண்குறி போன்ற சொற்களைக் கேட்டு நாங்கள் சிரிக்கும்போது அடிப்பதற்காகவே அவர் பிரம்பொன்றைக் கையில் வைத்துக் கொண்டு பாடம் நடத்துவார். அவ்வாறான தகவல்களைத் தெரிந்து கொள்ள எனக்கு வயது போதாதோ என்றும்

சிலவேளை எனக்குத் தோன்றும். நான் அவ்வாறான வார்த்தைகளைக் கூறுவதைக் கேட்டால் எனது அம்மா உடனடியாக அருகிலிருக்கும் மரமொன்றிலிருந்து கொப்பொன்றை ஒடித்து அதனால் என்னை அடிப்பாள். உலகத்திலுள்ள சில சொற்களை நான் அறிந்து கொள்ளவே கூடாது என்று அவள் நினைத்தாள். ஆகவே நானும் எனக்கு ஒன்றுமே தெரியாது என்பது போலவே காட்டிக் கொண்டேன்.

எனக்கு தப்பிக்க வேண்டியிருந்தது. அந்தப் போராளிகளுடன் தொடர்ந்தும் நீடித்திருக்க நான் விரும்பவில்லை. அவர்கள் 'யாருக்காவது தாகமாக இருக்கிறதா?' என்று கேட்ட வேளையில், தப்பிப்பதற்கு அதுதான் சரியான சந்தர்ப்பம் என்று நினைத்தேன். போராளிகளைப் பற்றிக் குறிப்பிடுவதானால், அவர்கள் சாதாரணமான சிறுவர்கள்தான். ஆனால் துப்பாக்கிகளை ஏந்திக் கொண்டிருக்கும் முரடர்கள். எனது புதிய தோழியொருத்தி. அவளது பெயரை நான் இங்கு குறிப்பிட மாட்டேன். காரணம், அதை இப்போது நினைத்தாலும் எனக்கு அழுகை வருகிறது. தனக்குத் தாகமாக இருக்கிறது என்று அவள் ஆவலுடன் கூறினாள். என்னை விடவும் அதிக வயதிருக்காத ஒரு போராளியால் அவள் புதர்களிடையே அழைத்துச் செல்லப்பட்டாள். சிறிது நேரத்துக்குப் பிறகு அங்கிருந்து துப்பாக்கி சுடும் ஓசைதான் எமக்குக் கேட்டது. எந்தக் கேள்விகளையும் கேட்க வேண்டிய அவசியமில்லாமலேயே என்ன நடந்திருக்கும் என்பது எனக்கு விளங்கியது.

நான் சுமந்து கொண்டிருந்த பெரிய பொதியைக் கீழே போட்டு விட்டு ஓடத் தொடங்கினேன். நான் ஓடும் போது அவர்கள் என்னைச் சுட்டுக் கொன்றாலும் பரவாயில்லை. நான் ஓடினேன். எவ்விதமான துப்பாக்கி குண்டுச் சத்தமும் எனக்குக் கேட்கவில்லை. அந்தப் போராளிகள் தமக்குக் கிடைத்த துப்பாக்கி ரவைகளை வீணாக்க விரும்ப மாட்டார்கள். அவை விலை அதிகம் என்பதாலோ, அரசாங்கப்

படையினர் அவர்களது இருப்பிடத்தை அறிந்து கொள்வார்கள் என்பதாலோ இருக்கலாம். அவர்கள் உங்களைச் சுட வேண்டுமென்றால், நிச்சயமாக நீங்கள் ஒரு துப்பாக்கி ரவையை விடவும் பெறுமதியானவராக இருக்க வேண்டும். ஒரு துப்பாக்கி ரவையின் பெறுமதி கூட எனக்கில்லை என்பதை பெருமையோடு நான் சொல்லிக் கொள்ள மாட்டேன். சக மாணவிகள் அதை அறிந்து கொண்டால் என்னைப் பார்த்துச் சிரிப்பார்கள். ஆகவே நான் அவ்வாறான தகவல்களை எனக்குள்ளேயே வைத்துக் கொண்டேன்.

எவ்வாறாயினும், நான் எனது சக மாணவிகளை விடவும் தைரியமாகத் தப்பி வந்திருக்கிறேன். அது எனக்கு பெருமையைத் தந்தது. ஆனால் ஓட்டத்தில் யாருக்காவது பயிற்சி தேவைப்பட்டால், அதற்குப் பொருத்தமானவள் நானல்ல. நான் புதர்களில் மறைந்து வாழ்ந்து வந்த போராளிகளிடமிருந்து தப்பி வந்தவள். சில சமயங்களில் போராளிகள் விலங்குகளை விடவும் மோசமானவர்கள் என்று எனக்குத் தோன்றும். காட்டுப் புதர்களுக்குள் பதுங்கி வாழ்பவர்கள் எவ்வாறு இன்னும் மனிதர்களாக இருக்க முடியும்?

வீட்டுக்கான பாதையை நான் கண்டறிந்த போது, காட்டு வழிகளிலும், மலைகளிலும் நடந்ததால் உண்டான காயங்களிலிருந்து வீச்சம் வந்து கொண்டிருந்த போதிலும், என்னால் ஒரு இடத்திலும் தரித்திருக்க முடியவில்லை. அதற்குள் ஊருக்குள் நான் கடத்தப்பட்ட தகவல் பரவியிருந்தது. கொமா மாமா, அவரது மனைவியான டோராவுடன் எனது வீட்டுக்கு வந்திருந்தார். அவர்கள் அனைவரும் தினந்தோறும் எனக்காகப் பிரார்த்தித்தார்கள் என்பதை அறிந்து கொண்டேன். ஊராரில் பெரும்பாலானோர் அம்மாவுக்கு உணவளித்திருந்தார்கள். ஒரு பிள்ளை காணாமல் போனால் தாயொருத்தி எவ்வளவு கவலைப்படுவாள் என்பதை அவர்கள் அறிந்திருந்தார்கள் என்று நினைக்கிறேன். ஆகவே அவர்களும்

அவளுடன் கூடவே இருந்தார்கள். 'இப்போதே பாடசாலைக்குப் போகாதே, வேண்டுமென்றால் சில காலம் கடந்ததும் போகலாம்' என்று அம்மாவும், கொமா மாமாவும் என்னிடம் கெஞ்சிக் கேட்டுக் கொண்டார்கள். 'வெற்றிக் கிண்ணம் எனது பெயரைக் கூறி அழைத்துக் கொண்டேயிருக்கிறது' என்று அம்மாவிடம் கூறினேன். ஊராரும், உறவினர்களும் என்னைப் பார்க்க வந்து கொண்டேயிருந்ததால் நான் சில நாட்கள் வீட்டிலேயே இருந்தேன். அவர்கள் அனைவரும் என்னைப் பார்த்து அனுதாபப்பட்டார்கள். ஒவ்வொருவரும் என்னைப் பார்த்து அனுதாபப்படுவதை நான் விரும்பவில்லை. எனது காயங்களின் மீது உப்பிலும், கொதிநீரிலும் அமிழ்த்தி எடுத்த துவாயை அவர்கள் வைத்த போது நான் அலறினேன்.

கடைசியில், நான் மீண்டும் பாடசாலைக்கு வரத் தொடங்கினேன். நான் என்ன சொல்கிறேன் என்பதை நன்றாகப் புரிந்து கொண்ட அம்மா, நான் பாடசாலைக்குப் பத்திரமாகப் போய் வருவதைக் கவனித்து வந்தாள். இவ்வாறாகத் தப்பி வந்து மீண்டும் பாடசாலைக்கு வரும்போது ஆசிரியர்கள் உங்களுக்கு ஒரு வீராங்கனைக்கான வரவேற்பை வழங்குவார்கள். ஆனால், எனக்கு அது தேவைப்படவில்லை. அது ஏதோ 'இவள் காட்டிலிருந்து தப்பி வந்திருக்கிறாள். இவளுக்கு வெறி விலங்குக்கடி நோய்கள் ஏதாவது தொற்றியிருக்கலாம்' என்று உரத்துச் சொல்வது போலிருந்தது.

நான் கடத்தப்பட்டதைக் குறித்து பல்வேறு வதந்திகள் ஊர் முழுதும் பரவியிருந்தன என்பதை நான் அறிவேன். நான் திரும்பி வந்து, எனது இடத்தை மீண்டும் பிடித்துக் கொண்டதை பாடசாலையில் பலரும் விரும்பவில்லை என்பதையும் நான் அறிவேன். நான் அகேலோவைப் போலவோ, லேகரைப் போலவோ வித்தியாசமாக நடந்து கொள்வதில்லை என்பதை சக மாணவர்கள் அறிந்து கொள்ள வேண்டும் என்பதுவும் பாடசாலைக்கு மீண்டும் நான் வர

விரும்பியதற்கு ஒரு காரணமாக இருந்தது. அவர்கள் என்னுடன் சேர்ந்து விளையாட மறுப்பதை நான் விரும்பவில்லை. இருந்தாலும், நான் மீண்டும் பாடசாலைக்கு வருவது குறித்து எனது வகுப்பு மாணவர்கள் மகிழ்ச்சியடைந்தார்கள். நான் விரும்பும் அளவுக்கு அவர்கள் விளையாடுவதை விளையாட மாட்டார்கள். ஆகவேதான் நான் எனது அதிகமான நேரத்தை யோசிப்பதில் செலவிடுகிறேன். என்னைப் பற்றி மிகவும் மோசமான விடயங்களை சில மாணவர்கள் பரப்பிய போதும் கூட, அவர்கள் இன்னும் என்னை விரும்புகிறார்கள் என்றுதான் நான் நினைக்கிறேன். முன்பு கடத்தப்பட்ட ஏனைய சிறுவர்கள் கொலைகளைச் செய்வதை அறிந்திருப்பதால் அவர்களை விடவும் நான் வேறுபட்டவள் இல்லை என்று நினைக்கிறார்கள் போலும்.

ஆமாம். திரு. ஒக்கெல்லோ எனது பெயரைக் கூறி அழைத்துக் கொண்டிருக்கிறார். நான் ஓட்டத்தின் தொடக்கப் புள்ளியை நோக்கி நடக்கிறேன். வகுப்பறையிலிருந்த ஏனைய மாணவர்கள் எனது வெற்றிக்குப் பிறகு 'வேறெவரும் வெல்ல இடமளிக்கவேயில்லை' என்றோ ' இவளைப் பாரேன். ஏழு பேரில் எனக்குப் பிடித்தவள் இவள்தான்' என்றோ சொல்வார்கள். மற்றவர்கள் நான் காட்டிலேயே தொடர்ந்தும் நீடித்திருந்திருக்க வேண்டும் என்றும் விரும்பலாம். இந்த மனிதர்கள் குறித்து நீங்கள் ஒருபோதும் எதுவும் கணிக்க முடியாது. ஆனால் நான்தான் வெல்வேன் என்று நான் தீர்மானித்து விட்டேன். அந்த வெற்றியை எவரும் என்னிடமிருந்து பறிக்க முடியாது. நூற்றுக்கணக்கான குரல்களுக்கு மத்தியில் 'அந்தப் பிள்ளை கொஞ்சம் வித்தியாசமானவள்' என்று யாரோ சொல்வது எனக்குக் கேட்கிறது. நான் எனது நினைவிலிருந்து அதை அழித்து விடுவேன்.

நான் உறுதியாக நின்றுகொண்டேன். எனது அம்மா அருகிலிருக்கிறாளா என்று தேடிப் பார்த்தேன். நிச்சயமாக அவள் என்னை எங்கிருந்தாவது பார்த்துக் கொண்டிருப்பாள். அவளிடம்

எப்போதும் வெங்காய வாடையடிக்கும். ஒரு முறைப்பாடாக நான் இதைச் சொல்லவில்லை. என்ன வாடையடித்தாலும் அவள் எனது அம்மா. அதை ஏற்றுக் கொள்ள வேண்டும்.

அவளுக்கு ஒரு நல்ல மகள் இருக்கிறாள் என்பதை அவள் அறிவாள். அந்த நம்பிக்கை தளர ஒருபோதும் நான் விட மாட்டேன். போராளிகள் எனது அப்பாவைக் கொன்றிருக்கா விட்டால் எவ்வளவு நன்றாக இருந்திருக்கும். அவரும் அவளது மகள் ஓட்டப் போட்டியில் வெற்றி பெறுவதை இப்போது பார்த்துக் கொண்டிருப்பார். இந்த வெற்றியை நான் எவ்வளவு விரும்புகிறேன் என்பதை அவரும் அறிந்து கொள்வார்.

'கெட் ஆன் யுவர் மார்க்ஸ்...'

ஆமாம். நான் ஓடத் தயாராக இருக்கிறேன். எனக்கு அருகிலிருந்தவர்களை நான் கவனிக்கவேயில்லை. எனக்கு நேராகவிருந்த ஓட்ட முடிவுக் கோட்டையே பார்க்கிறேன். அதிலுள்ள பட்டையில் எனது தேகம் மோதுவதைக் கற்பனை செய்து பார்க்கிறேன். போராளிகள் என்னைத் துரத்தி வருவதாக நினைத்துக் கொண்டு நான் ஓடுகிறேன். அங்கிருந்த அனைத்து மாணவர்களும்தான் போராளிகள், அவர்களுக்கு என்னைக் கொலை செய்ய வேண்டுமாம். நான் என்னால் முடிந்தளவு வேகமாக ஓடுகிறேன். ஆட்கள் என்னை ஊக்குவிப்பதை அவதானிக்கிறேன். அவர்கள் என்னைத்தான் ஊக்குவிக்கிறார்களோ தெரியாது என்றாலும், அனைவருமே எனது வெற்றியைத்தான் விரும்புகிறார்கள் என்று நினைத்துக் கொள்கிறேன். நான் திரும்பிப் பார்க்கிறேன். அகேலோ எனக்குப் பின்னால் ஓடி வருகிறாள். உண்மையில் அவளால் நன்றாக ஓட முடியும். நான் வெல்வேன். அவளுக்கு முன்பாக நான் வெற்றிக் கோட்டை அடைவேன். நான் வெல்வேன். நான் வெல்கிறேன். நான் வென்று விட்டேன்.

வண்ணத்துப் பூச்சிக் கனவுகள்

மெகா எஃப். எம்மில் அறிவிப்பாளர் லாபல்பினி உனது பெயரை வாசித்தார். நாங்கள் தினந்தோறும் செய்து வந்த பிரார்த்தனையின் பலனாகத்தான் அது நிகழ்ந்திருக்கும். நாங்கள் ஒரு நாள் கூடத் தவறாமல் ஐந்து வருடங்களாக அந்த நிகழ்ச்சியைச் செவிமடுத்து வந்தோம். இராணுவப் படையினர், சூடான் போராளிகளிடமிருந்து உன்னையும், மேலும் பத்துப் பிள்ளைகளையும் காப்பாற்றியிரு ந்தார்கள். உனது பெயர் தவறுதலாகக் கூறப்பட்டிருக்கலாமென்றே நாங்கள் முதலில் நினைத்தோம். வானொலியில் லாபல்பினி உனது பெயரைத் திரும்பவும் கூறும் வரையில் நாங்கள் காத்திருந்தோம். அவர் எமது அம்மாவின் பெயரையும் தெரிவித்து, அலொகொலும் எனும் எமது கிராமத்தின் பெயரையும் தெரிவித்தார். லமுனு எனும் பெயரில் நீயன்றி வேறெவரும் ஊரில் இருக்கவில்லை என்பதை நாங்கள் அறிந்திருந்தோம்.

கடந்த ஐந்து வருட காலமாக மெகா எஃப். எம் வானொலியைக் கேட்டுக் கொண்டிருந்த ஏராளமான பெற்றோரின் வரிசையில் நாங்களும் இணைந்து கொண்டோம். ஆமாம். தமது அன்புக்குரிய பிள்ளைகளின் பெயர்களை இப்போது அறிவிப்பார்கள், இப்போது அறிவிப்பார்கள் என்று காத்திருந்தவர்கள் வரிசையில், நாங்கள் எந்நாளும் வானொலிப் பெட்டியைச் சுற்றி வர அமர்ந்திருந்தோம்.

லமுனு என்றோ, அலொகொலும் என்றோ கூறப்பட்ட ஒவ்வொரு தடவையும் எமது இதயங்கள் பலமாக அதிர்ந்தன. ஒரு மணித்தியாலம் முழுவதும் ஒரு வார்த்தை கூடக் கதைக்காமல் வானொலியைச் செவிமடுத்துக் கொண்டிருந்த நாங்கள் நிகழ்ச்சி நிறைவடைந்த பிறகு நாள் முழுதும் ஏங்கிக் கொண்டிருந்தோம். நாட்கள் கடந்து வருடங்களான போது, மேலும் மேலும் பிரார்த்தனைகள் புரியப் பழகியிருந்தோம். உனது பெயர் கூறப்படாதவிடத்து, உன்னைக் காணும் எதிர்பார்ப்பும் எம்மிடமிருந்து தொலைவாகிக் கொண்டே வந்தது. ஆனாலும் நாங்கள் காத்திருந்தோம். தினந்தோறும் வானொலியை செவிமடுக்க எங்கிருந்தாவது பேட்டரிகளைத் தேடிக் கொண்டு வந்தோம்.

லமுனு, நாங்கள் இதை உன்னிடம் கூறாதிருப்பதே நல்லது. நீ திரும்பவும் எம்மிடம் வந்து சேர மாட்டாயென எமக்குத் தகவல் வந்த நாட்களில், உனது ஆத்மா சாந்தியடைய இறுதிச் சடங்குகளைச் செய்து உனது ஆத்மாவைப் புதைத்து விட்டிருந்தோம். ஆமாம். சுற்றி வர இருந்த ஆட்கள் உன்னைப் பற்றிய எதிர்பார்ப்புகளைக் கைவிடுமாறுதான் கூறிக் கொண்டிருந்தார்கள். கொண்டு செல்லப்பட்டு நான்கு வருடங்களின் பின்னர் வீடு திரும்பிய பொங்கொமின், உனது சடலம் வெயிலில் காய்ந்து வெடித்துப் பிளந்திருந்ததைக் கண்ணுற்றதாகக் கூறினான். எனினும், நீ மரித்துப் போயிருப்பாயென நாங்கள் ஒரு கணமும் நினைக்கவில்லை. உனது ஆத்மா சாந்தியடையாமல் வட உகாண்டாவில் மிதந்து கொண்டிருப்பதைக் காண நாங்கள் விரும்பவில்லை. நீ திரும்பவும் வந்து ஆவியாக மாறி எம்மை அச்சுறுத்துவதைக் காணவும் நாங்கள் விரும்பவில்லை. நீ செத்துப் போயிருப்பாயென்று அம்மா ஒரு கணம் கூட நினைத்துப் பார்க்க விரும்பவில்லை. நீ எப்போதாவது திரும்பி வருவாயென்ற அவளது நம்பிக்கைதான் எம்மையும் எதிர்பார்ப்போடு இருக்க வைத்தது. வண்ணத்துப் பூச்சிகள் அவளது உள்ளத்தை பலப்படுத்திக்

கொள்ளுமாறு கூறி முணுமுணுப்பதைப் போல கனவொன்று கண்டதாக அவள் கூறினாள். அம்மா அந்தக் கனவைக் கண்ட இரவுக்கு அடுத்த நாள், வீடு முழுவதும் வண்ணத்துப் பூச்சிகள் நிறைந்திருந்தன. அவளுக்குப் பைத்தியம் பிடித்து விட்டதாக நாங்கள் நினைத்தோம். நீ அவளது சுய நினைவையும் எடுத்துச் சென்றிருக்கிறாயென்றே நாங்கள் நினைத்தோம்.

உனது ஆத்மா சாந்தியடைய வேண்டி அம்மா மூன்று நாட்களாக வேப்பிலைகளை அணிந்து கொண்டிருந்தாள். எம்மை மகிழ்ச்சிப்படுத்துவதற்காக அவள் அவ்வாறு செய்தாள் என்பதை நாங்கள் அறிந்திருந்தோம். உன்னை நிம்மதியாக இருக்க விடுமாறு நாங்கள் அவளிடம் கூறினோம். அவள் பாட்டுக்கு அவளுடைய வேலைகளைச் செய்து கொண்டிருக்கலாம்தானே அப்போது. ஆனாலும் அவள் அவ்வாறு செய்யவில்லை. உனது ஆத்மாவோடு, அவளுடைய ஆத்மாவையும் சேர்த்துப் புதைத்தது போலத்தான் அவள் எம்மைச் சுற்றி நடமாடிக் கொண்டிருந்தாள். உனது ஆத்மாவை, அப்பாவுடையதற்கு அருகிலேயேதான் புதைத்தோம். குளிரில் நீ வனாந்தரங்களில் பின் தங்கி விடுவதை நாங்கள் விரும்பவில்லை. உன்னை நிம்மதியாக இருக்க விடுவதுதான் முக்கியமானதென அம்மா சொன்னாள். ஆமாம். அடுத்த ஜென்மத்திலாவது நீ நிம்மதியாக இருக்க வேண்டும். அப்போதுதான் நாங்கள் உனது பெயரை வானொலியில் செவிமடுத்தோம். நாங்கள் தடுமாறிப் போய்விட்டோம். தப்பிச் செல்வதா? உனது ஆத்மாவைப் புதைத்த இடத்திலிருந்து மீண்டும் எடுப்பதா? இல்லாவிட்டால் நாம் என்ன செய்தோம் என்பதை உன்னிடம் கூறாது உன்னை உன்னுடைய பாட்டில் இருக்க விடுவதா? எமக்கு ஒருபோதும் இதை உன்னிடம் கூற தைரியம் வராது. எப்போதாவது ஒரு நாள் உனது பெயர் பொறிக்கப்பட்ட கல்லறையை நீ காணக் கூடும். அப்போது இதை எவ்வாறு உன்னிடம் கூறுவது என்பதை வண்ணத்துப் பூச்சிகள் எமக்குக் கற்றுத் தரக் கூடும்.

வேர்ல்ட் விஷன் எனப்படும் கடத்தப்பட்ட பிள்ளைகளுக்கான புனர்வாழ்வு நிலையத்தில் நீ இருந்தாய். உனக்கு உபதேசித்திருந்தார்கள். திரும்பவும் எம்முடன் இணைந்து வாழ்வது எவ்வாறென உனக்கு கற்றுக் கொடுத்திருந்தார்கள். அம்மா ஒரே தடவையில் அழுவதையும், சிரிப்பதையும் என இரண்டையுமே செய்யத் தொடங்கி விட்டாள். ஆமாம். நீ நிஜமாகவே உயிருடன் திரும்பி விட்டிருந்தாய். அதுவரையில், எமது இதயங்களுக்கு கடைசியிலாவது நிம்மதி கிடைக்கும் என நினைத்துக் கூடப் பார்க்க முடியாமலிருந்தோம். அன்றிரவு அம்மா பிரார்த்தித்தாள். சேவல் கூவும் வரைக்கும் நாங்களும் பிரார்த்தனையில் ஆழ்ந்திருந்தோம். எமக்குமிகவும் சந்தோஷமாகவிருந்தது. நீ உயிருடன் இருப்பது குறித்து நாங்கள் அந்தளவு மகிழ்ச்சியடைந்திருந்தோம். அப்பாவுக்குத் தெரியுமென்றால் அவரும் கூட கல்லறையிலிருந்து எழுந்து வந்து விடுவார். நீ உயிருடன் இருப்பதை அறிந்து கொண்ட நாங்கள் அந்தளவு மகிழ்ச்சியடைந்திருந்தோம்.

✦

கடைசியில், நீ வீட்டுக்குத் திரும்பி விட்டிருந்தாய். மரவள்ளித் தண்டு போல மெலிந்து போயிருந்தாய். உனது இடது கையிலும், வலது காலிலும் துப்பாக்கி ரவைகள் துளைத்த அடையாளங்கள் காணப்பட்டன. பூமி முழுவதும் நடந்து திரிந்து வந்தது போல, உனது கால்கள் வீங்கிப் போயிருந்தன. அடிப் பாதங்கள் வெடித்திருந்தன. முன்பெல்லாம் அழகாகக் காணப்பட்ட உனது முகத்தின் எல்லாப் பக்கங்களிலும் காயங்களின் தழும்புகள் எஞ்சியிருந்தன. பழுத்த மிளகு விதையின் நிறமொத்து உனது விழிகள் காணப்பட்டன. உனக்கு நிகழ்ந்தவை அனைத்தையும் எமக்குக் காண்பிப்பது போல, நீ உனது காயத் தழும்புகளைத் தடவிக் கொண்டிருந்தாய். நாங்கள் எதுவும் உன்னிடம் கேட்கவில்லை. இதற்கு முன்பு அங்கு நடந்தவைகள் குறித்த

கதைகளை நாங்கள் கேள்விப்பட்டிருந்தோம். அனேனா, ஆயா, பொங்கொமின், யெகோ, அயாத், லாலம், அவுமா, ஒசெங், ஒடிம், ஒலேம், உமா, அடெங், அக்வேரோ, லேகார், ஒடொங், லன்யேரோ, லாடு, டிமி, கடிம இந்த அனைவரின் வாயிலிருந்தும் அங்கு நடந்தவைகள் குறித்த கதைகளை நாங்கள் கேள்விப்பட்டிருந்தோம். உனது கதையும் அவற்றைக் காட்டிலும் வேறுபட்டதாக இருக்காது என்று நாங்கள் நம்புகிறோம்.

லமுனு, நீ வீட்டுக்கு வந்ததன் பிறகு நாங்கள் பயந்து போயிருந்தோம். நாங்கள் உன்னைக் கண்டு பயந்தோம். நீ என்னவாக இருந்தாய் என்பது குறித்து பயந்தோம். அம்மா அயல்வீடொன்றிலிருந்து மூலிகை மர அடுக்கொன்றைக் கேட்டு வாங்கிக் கொண்டு வந்தாள். உசேன் மாமா சந்தையிலிருந்து முட்டையொன்றை வாங்கி வந்தார். அனைத்திற்கும் முன்பதாக உன்னைத் தூய்மைப்படுத்த வேண்டுமே. அடர்ந்த காடுகளினுள்ளே நீ செய்தவற்றிலிருந்தும், போராளிகள் உன்னைச் செய்யுமாறு வற்புறுத்திய விடயங்களிலிருந்தும் முட்டை உன்னைத் தூய்மைப்படுத்தும். அவர்கள் உன்னை பலவந்தமாகக் கடத்திக் கொண்டு போனதை நாமறிவோம். நீ அவர்களோடு சேரவில்லை. நீ ஒருபோதும் அவர்களில் ஒருத்தியாக ஆகவில்லை. நீ உடனடியாக அடுக்கின் மேலால் குதித்துத் தாண்டினாய். நீ முட்டையின் மீது பாதத்தை வைத்ததுமே அதன் மஞ்சள் கரு விசிறுண்டது. நீ தூய்மையாகி விட்டிருந்தாய். கேள்வி எதையும் நீ கேட்கவேயில்லை. எது உன்னிடம் கூறப்பட்டதோ அதை நீ செய்தாய். அதைச் செய்ய வேண்டி நேரும் என்பதை முன்பே நீ அறிந்திருந்தது போல. அந்தச் சடங்கைச் செய்யாது விட்டால் நீ ஒருபோதும் தூய்மையாக மாட்டாய் என்பதைப் போல. அம்மா குலவையிடத் தொடங்கினாள். உன்னை மிகுந்த அன்போடு வீட்டுக்குள் வரவேற்றாள். ஆமாம். நீ மீண்டும் வீட்டுக்குச் சொந்தமாகி விட்டிருந்தாய்.

நாங்கள் ஓசையெழுப்பாமல் உன்னையே பார்த்துக் கொண்டிருந்தோம். பதிலுக்கு நீயும் எம்மையே அமைதியாகப் பார்த்துக் கொண்டிருந்தாய். உனக்குப் பசியாக இருக்கக் கூடுமென எமக்குத் தோன்றிய வேளைகளிலெல்லாம் நாங்கள் உனக்கு உணவளித்தோம். நீ எதுவும் பேசாமல் புளிச்சக் கீரை மசியலோடு வற்றாளைக் கிழங்கை மென்று விழுங்கிக் கொண்டிருந்தாய். உன்னை விருந்தாளி போலல்லாது எம்மில் ஒருவராக நடத்துவதே எமக்குத் தேவையாக இருந்தது. எனினும் நாங்கள் உன்னை புதியவளொருத்தியாகத்தான் எப்போதும் உணர்ந்தோம். நீ மீண்டும் பழைய லமுனு போல ஆகப் போவதில்லை என்பதை நாங்கள் அறிந்திருந்தோம். உன்னிடம் என்ன எதிர்பார்க்கிறோம் என்றே எங்களுக்குத் தெரியவில்லை. நீ ஒரு வார்த்தையாவது பேசும்வரைக்கும் நாங்கள் காத்திருந்தோம். உனது கரகரத்த குரலைக் கேட்க நாங்கள் விரும்பினோம். உன்னை எம்மிடமிருந்து பறித்துக் கொண்டு செல்ல முன்பு உனக்கிருந்த வெடிச் சிரிப்பு ஓசையைக் கேட்கக் காத்திருந்தோம். உனக்கு கிச்சுகிச்சு மீட்டி நீ சிரிப்பதைக் காண நாங்கள் விரும்பினோம். எனினும் நீ எவ்விதச் சலனமுமின்றிக் காணப்பட்டாய். நீ எம்மை அச்சத்தோடு பார்த்துக் கொண்டிருந்தாய். நீ இப்போது வளர்ந்து விட்டிருந்தாய். அணிந்திருந்த நீலப் பூச் சட்டைக்கு மேலால் உனது மார்புகள் சிறிதாக புடைத்து வந்திருந்தன.

நாங்கள் உனக்கு வாழ்த்துக்களைத் தெரிவித்தோம். உன்னைக் கண்டதுமே நாங்கள் ஆண்டவனுக்கு நன்றி தெரிவித்தோம். பதிலாக நீ எதுவுமே கூறவில்லை. எம்மைப் பார்த்துக் கொண்டிருப்பதை மாத்திரமே செய்தாய். உனது விழிகள் பிரகாசிப்பதை நாங்கள் அவதானித்தோம். திரும்பி வந்தது குறித்து நீ மகிழ்ச்சியடைந்திருப்பது எமக்கு விளங்கியது. எம்மைக் காணக் கிடைத்தது குறித்து நீ மகிழ்ச்சியடைந்திருந்த விதம் எமக்குத் தென்பட்டது.

அன்றிரவு அம்மா அவளது படுக்கையில் அழுது கொண்டிருந்தாள். எந்த நேரத்திலாவது நீ அவளை 'அம்மா' என்று அழைக்கக் கூடுமென எண்ணியவாறு உனது பெயரைத் தொடர்ச்சியாக முணுமுணுத்துக் கொண்டிருந்தாள். நீ திரும்பி வந்தது குறித்து அவள் எவ்வளவோ மகிழ்ச்சியாகக் காணப்பட்ட போதிலும் அவள் அதைக் குறித்து எதுவுமே கூறவில்லை. நீ ஏதாவது கதைக்கக் கூடுமென அவள் காத்துக் கொண்டிருந்தாள். ஆமாம். உனது உடலினுள்ளே உனது ஆன்மா இருக்கிறது என்பதை நம்பச் செய்யக் கூடிய ஏதேனுமொன்று நிகழும் வரை அவள் காத்திருந்தாள். உனது ஆன்மாவுடன் சேர்த்து உனது குரலும் புதையுண்டு போய் விட்டதோ என எமக்கு அறிந்து கொள்ள வேண்டியிருந்தது. புதைத்த ஆன்மாவைத் திரும்ப எடுப்பது எவ்வாறென நாங்கள் எவருமே அறிந்திருக்கவில்லை. உனது ஆன்மா ஆறடி ஆழத்துக்குள் இல்லையென்பதை அறிந்து கொள்வதே எம் அனைவரதும் எதிர்பார்ப்பாக இருந்தது.

நீ உயிருடன் இருப்பதைக் காண்பதே எமக்கு அவசியமாக இருந்தது. உனக்கு பதினைந்து வயதுதான் என்ற போதிலும், இப்போதும் உனக்குள்ளே மருத்துவராகும் ஆசையிருக்கிறதா என்பதை அறிந்து கொள்ள நாங்கள் விரும்பினோம். நீ மீண்டும் சிரிப்பதைக் காண விரும்பினோம். சிறு வயதில் உனக்கு அம்மா தண்ணீரைக் கொடுத்து நடனமாடிக் காட்டும்போது உனது கண்களில் தோன்றும் பிரகாசத்தைக் காண நாங்கள் விரும்பினோம். நீ எங்களை அடையாளம் கண்டுகொண்டாய் என்பதைக் காட்டும் ஏதேனுமொன்று உன்னிடமிருந்து எமக்குத் தேவைப்பட்டது. உன்னை மகிழ்வுடன் வைத்திருக்கக் கூடிய மிகச் சிறந்தவற்றைச் செய்ய நாங்கள் விரும்பினோம்.

அம்மா திரும்பவும் வண்ணத்துப் பூச்சிகள் குறித்து கதைக்கவேயில்லை. வண்ணத்துப் பூச்சிக் கனவுகள் குறித்த எவையும்

மீண்டும் எமது காதில் விழவேயில்லை. வண்ணத்துப் பூச்சிகள் வந்து அம்மாவிடம் ஏதேனும் கூறினால் நன்றாக இருக்குமென நாங்கள் பார்த்திருந்தோம்.

✦

நீ எமது புதிய வீட்டைக் கூர்ந்து கவனித்துக் கொண்டிருந்தாய். அது எம்மை விடவும் உனக்குப் புதியது அல்லவா?! எமது அயலவர்கள் உன்னை வெறுப்போடு பார்த்துக் கொண்டிருப்பதை நாங்கள் கண்டோம். நீ திரும்பி வந்தது குறித்து அவர்கள் அந்தளவு விருப்பத்தோடு இருக்கவில்லை. அவர்களில் சிலர் இப்போதும் வானொலியை நெருங்கியமர்ந்து லாபல்பினி, வானொலியில் அவர்களது பிள்ளைகளின் பெயர்களைக் கூறும் வரை காத்துக் கொண்டிருக்கிறார்கள். சரியாகச் சொன்னால், கிராமத்துத் தலைவர் மஞ்சள் சோளக் களியும், அவரைக்காயும் வழங்குவதற்காக எம்மைப் பெயர் கூறி அழைக்கும்வரை காத்துக் கொண்டிருப்பது போல.

இப்போது நாங்கள் பயிர்நிலத்தில் உழுவதில்லை, லமுனு. மண்வெட்டியொன்றைப் பிடிப்பது எப்படியென்று கூட எமது பிள்ளைகளுக்குத் தெரியவில்லை. வேர்க்கடலைச் செடி எவ்வாறிருக்கும் என்பதை அவர்கள் மறந்து விட்டார்கள். இப்போதெல்லாம் தரையைத் தோண்டுவது எமது பிள்ளைகளை அடக்கம் செய்வதற்காக மாத்திரம்தான். எமது காணியில் கூடாரங்கள் மட்டுமே மேலெழுகின்றன. நாங்கள் இப்போது முகாமில் வசித்து வருகிறோம். உள்நாட்டில் இடம்பெயர்ந்த அகதிகளின் முகாம் என்று இது அழைக்கப்படுவதாக கிராமத்துத் தலைவர் கூறினார். வானத்திலிருந்து பார்க்கும்போது எமது முகாம் காளான் பண்ணையொன்றைப் போல தென்படக் கூடும். இப்போது எம்முடன் எஞ்சியிருப்பதெல்லாம் வெற்றுக் கூடாரங்களில் வசிக்கும் வெற்று மனிதர்கள் சிலர் மாத்திரம்தான். அவர்களுடைய ஆன்மாக்களும்

ஒன்றோ புதைக்கப்பட்டிருக்கின்றன அல்லது எங்கோ கால்போன போக்கில் போய் விட்டிருக்கின்றன.

கூடாரங்களைப் பார் லமுனு. உன்னால் புரிந்து கொள்ள முடியுமென நாங்கள் ஒருபோதும் எதிர்பார்க்கும் விடயமல்ல இது. ஆமாம். உன்னால் அடையாளம் காண முடியுமான இடமல்ல இது. உன்னை விடுவோம். எமக்குக் கூட விளங்கிக் கொள்ள முடியாத விடயம் இது. இதுதான் எமது வீடு. உனக்கு எப்படிப் புரிய வைப்பது என எமக்குத் தெரியவில்லை. இது எமக்கு அடைக்கலம் கொடுத்திருக்கிறது. ஆகவே இதுதான் நாம் வசிக்கும் வீடு. எம்மை மனம்பிறழச் செய்யாதிருப்பது இதுதான். இது வெறும் கூடாரம் மாத்திரம்தான். புற்களாலும் செங்கற்களாலும் எமது நிர்வாணத்தை மறைக்கும் நான்கு சுவர்கள் கொண்ட வெற்றுக் கூடாரம். லதீமும், அவனது அயலவர்களும் இங்கு கூடாரங்களை அமைத்தபோது 'அலொகொலும் பிரதேசம் மிகவும் பாதுகாப்பான இடம்' என்று கூறினார்கள். 'இனிமேல் பிள்ளைகள் கடத்திச் செல்லப்பட மாட்டார்கள், எமது பெண்கள் துஷ்பிரயோகத்துக்கு உட்படுத்தப்பட மாட்டார்கள்' என்றார்கள். 'சாப்பிடவும் ஏதேனும் கிடைக்கும்' என்றார்கள். பிறகு அந்த நம்பிக்கையில்தான் எதிர்பார்ப்புகளையும், கனவுகளையும் மாத்திரம் மனதில் சுமந்தவாறு நாங்கள் பலரும் எமது காணியில் கூடாரங்களை அமைத்துக் கொண்டோம். அதனைத் தொடர்ந்து எமது காணியில் கூடாரங்களை அமைக்க அனைவருக்கும் தேவைப்பட்டது. எம்மால் அதற்கு மேலும் பயிர்நிலத்தில் விவசாயம் செய்ய முடியவில்லை. உணவுகள் எதுவும் இருக்கவுமில்லை. உகாண்டா வரைபடத்தில் எமது வீடும், காணியும் முகாமொன்றாக அடையாளமிடப்பட்டிருப்பதைக் குறித்து பின்னர்தான் நாங்கள் அறிந்து கொண்டோம்.

எம்மை அப்படிப் பார்க்காதே, லமுனு. ஆமாம். நாங்கள் இப்போது மஞ்சள் சோளக் களியைத்தான் உணவாக உட்கொள்கிறோம்.

யுத்தத்துக்கு முன்னர் அப்பாவின் வேட்டை நாயான பிகோவுக்கு அம்மா உணவாகக் கொடுத்த அதே களிதான். ஆமாம். இப்போதெல்லாம் கிராமத்துத் தலைவர் எமக்கு மரக்கறி எண்ணெய்யும், அவரையும், மஞ்சள் சோளக் களியும் தரும்வரை காத்துக் கொண்டிருக்கிறோம். அவர் தருபவை சில வேளைகளில் எமக்கு தொட்டுக் கொள்ளக் கூட போதாமலிருக்கும். சில வேளைகளில் கிராமத்துத் தலைவர் வரவே மாட்டார். ஒரு தடவை வயிற்றில் பூச்சிகள் கத்துவதைத் தாங்க முடியாமல் சாப்பிட ஏதாவது தேடிக் கொண்டு வரவென நாங்கள் முகாமை விட்டு பதுங்கிப் பதுங்கி வெளியே சென்றோம். ஆமாம். சொட்டுப் போல ஏதாவது கிடைத்தாலும் பரவாயில்லை. காட்டுச் செடிகளாவது, குறைந்த பட்சம் புளிச்சக் கீரையாவது, ஏதாவதொன்று. எமது மூதாதையர்கள் சாப்பிட நினைத்தும் பார்த்திராத ஏதாவது கிடைத்தாலும் பரவாயில்லை. அவ்வேளையில்தான் நாங்கள் காவல் காத்துக் கொண்டிருந்த படையினரிடம் மாட்டிக் கொண்டோம். அவர்கள் எமக்கு முகாமை விட்டு வெளியே செல்ல அனுமதிக்கவில்லை. நாங்கள் ஏனென்று கேட்டோம். போராளிகளால் இனிமேலும் நாங்கள் கடத்தப்படுவதை அனுமதிக்க முடியாது என்றார்கள். அன்புக்குரியவளே, இந் நாட்களில் அவர்கள் எவரையும் கடத்திச் சென்று விடுகிறார்கள். போரின் போது நிமிர்ந்து நின்றவாறு துப்பாக்கி வேட்டுகளை உடலில் தாங்கக் கூடிய எவரையும்.

எமது லமுனுவைக் கடத்திச் சென்ற போது நீங்கள் அனைவரும் எங்கிருந்தீர்களென நாங்கள் படையினரிடம் கேட்டோம். எமது சிறுவர் சிறுமியரை போராளிகள் கடத்திக் கொண்டு சென்ற போது எங்கிருந்தீர்கள் என்று கேட்டோம். அவர்கள் வந்து எமது பெண்களை எமது கண் முன்னாலே துஷ்பிரயோகம் செய்த போது நீங்கள் எல்லோரும் எங்கு தொலைந்து போயிருந்தீர்கள் என்று கேட்டோம். அவர்களுக்கு அப்போது சம்பளம் வழங்கப்பட்டிருக்கவில்லை என்று

அவர்கள் கூறினார்கள். 'நீங்கள் நாசமாப் போக!' என்று நாங்கள் சாபமிட்டோம். 'எம்மை உணவு தேடிச் செல்ல விடுங்கள்' என்றோம். அதன் பிறகு அவர்கள் தடிகளை எடுத்துக் கொண்டு வந்து பள்ளிக்கூடப் பிள்ளைகளுக்கு அடிப்பது போல எம்மைத் தாக்கினார்கள்.

✸

நீ கனவில் கதைத்தாய். உனது களிமண் படுக்கையில் புரண்டு புரண்டு, நெளிந்து நெளிந்து நீ கதைத்தாய். நாங்கள் உனது கைகளைப் பற்றிக் கொண்டோம். நீ பிரசவ வலியில் துடித்துக் கொண்டிருக்கும் பெண்ணொருத்தியைப் போல துடித்துக் கொண்டிருந்தாய். பூதங்கள் குறித்து நீ கதைத்தாய். அடிலாங்கில் வைத்து நீ தப்பித்து வர முற்படுகையில் உன்னைத் துரத்திக் கொண்டு வந்த கிளர்ச்சியாளர்கள் குறித்து உளறினாய். உனது தோழியான அகேல்லோ தப்பிச் செல்ல முற்பட்ட காரணத்தால் கிளர்ச்சியாளர்கள் உன்னைக் கொண்டும், உனது குழுவினரைக் கொண்டும் அவளை அடித்தே கொல்ல நிர்ப்பந்தித்தது குறித்து நீ கூறினாய். அவளைக் கொல்ல உனக்கு எவ்விதத் தேவையும் இருக்கவில்லை என்று நீ தெரிவித்தாய். 'ஒருவரையும் கொல்லக் கூடாது' என்ற கட்டளையின் வரிகள் உனக்கு நினைவிருந்தன. அவளுக்கு எதிராகக் கையை உயர்த்தக் கூட நீ விரும்பவில்லை என்று நீ கூறினாய். யாரையும் நோகடிக்க உனக்குத் தேவைப்படவில்லை. தடிகளால் அகேல்லோ தாக்கப்பட்ட விதத்தை, அவளது வாயிலிருந்து குருதி பீறிட்டு வழிந்த விதத்தை, மூத்த போராளிகள் அவள் மரித்து விட்டாளா எனப் பார்த்த விதத்தை, நீ கண்ணுற்றதாகக் கூறினாய். உனக்கு குமட்டிக் கொண்டு வந்தது. நீ வாந்தியெடுக்க முற்பட்டாய். எனினும் வாயிலிருந்து வெளியே வர எதுவுமிருக்கவில்லை. முகாமில் திருட்டுத்தனமாக உட்கொண்ட பச்சை மரவள்ளிக் கிழங்கும், அவித்த கோழியிறைச்சியும் அவ்வேளையில் செரித்து உறிஞ்சிக் கொள்ளப்பட்டிருந்திருக்கும்.

நீ கூறுவதையெல்லாம் நாங்கள் கேட்டுக் கொண்டிருந்தோம். உனது துயரத்தைப் பங்கிட்டுக் கொண்டு அனுபவிக்க நாங்கள் முற்பட்டோம். நீ என்னவெல்லாம் அறிந்திருக்கிறாய் என்பதைத் தெரிந்து கொள்ள விரும்பினோம். நாங்கள் உனது கைகளுக்கு ஒத்தடமளித்தோம். நீ மனதுக்குள் சிறைப்படுத்தி வைத்திருக்கும் விடயங்களை வெளியே எடுப்பதே எமது தேவையாகவிருந்தது. நீ எமக்கு உனது கரங்களுக்கு ஒத்தடம் கொடுக்க இடமளித்தாய். அகேல்லோவிடமிருந்து குருதி பீறிட்டதைக் கண்டு யாரும் முகம் வாடக் கூட இல்லையென நீ கூறினாய். உனது துயரங்கள் அனைத்தையும் வெளியே இழுத்தெடுத்து அகற்ற எம்மால் முடியாமல் போனது.

✯

பெருமழையில் நீ இன்று நனைந்து கொண்டிருந்ததை நாங்கள் பார்த்துக் கொண்டிருந்தோம். பெரும் மழைத் துளிகள் உன் மீது விழுந்த போது நீ சிலை போல அசையாதிருந்தாய். பேரோசையோடு இடி, மின்னல் வெட்டிய போதும் நீ அப்படியே இருந்தாய். நாங்கள் உனக்காகக் கூடாரத்துக்குள் இடத்தையும், ஆடையையும் வைத்துக் கொண்டு காத்திருந்தோம். நீ ஏதாவது கூறுவாயென நாங்கள் நினைத்தோம். நாங்கள் உன்னைத் தொந்தரவு செய்யவில்லை.

மழை, தூறலாக மாறத் தொடங்கியதும் நீ வீட்டுக்குள் வந்தாய். வெதுவெதுப்பான ஆடைகளைக் கையில் வைத்துக் கொண்டிருந்த அம்மாவைக் கடந்து வந்த நீ, ஈர ஆடையோடே அமர்ந்து கொண்டாய். உனது உடலினுள்ளே ஏதோவொரு பெரிய மாற்றம் நிகழ்ந்திருப்பதை நாங்கள் அறிந்து கொண்டோம். மழைக்கு உனது இரத்தத்தைக் கழுவிச் செல்ல நீ இடம் கொடுத்திருந்தாய். உனது கால் வழியே சிறியதொரு கோடாக குருதி வழிந்தோடுவதை நாங்கள் கண்டோம். அம்மாவின் கண்களில் கண்ணீர் பெருக்கெடுத்ததை நீ காணவில்லை.

அன்று பின்னேரமான போது நீ வாய்க்குள்ளால் சாபமிடுவதை நாங்கள் கேட்டுக் கொண்டிருந்தோம். அரசாங்கத்தின் போர் விமானங்கள் கதிகதிக்கு மேலால் பறந்ததைக் கேட்ட போதெல்லாம் நீ நடுங்கிக் கொண்டிருந்ததை நாங்கள் கண்டோம். நீ கை விட்டு வந்த உனது குழுவினரைக் குறித்து நீ கவலைப்படுவதை நாங்கள் அறிந்து கொண்டோம். விமானங்கள் போராளிகளைத் துரத்தும்போது என்ன நடக்குமென்பதை நீ அறிந்திருந்தாய். நாங்கள் உன்னிடம் அந்தக் கதைகள் எவற்றையுமே கேட்கவில்லை. அனேனா, ஆயா, பொங்கொமின், யெகோ, ஆயாத், லாலம், ஔமா, ஒசெங், ஒடிம், ஒலேம், உமா, அடெங், அக்வேரோ, லேகர், ஒடொங், லன்சேரோ, லாடு, டிமி, காடிம இவர்கள் அனைவரும் எமக்கு அந்தக் கதைகளைக் கூறியிருந்தார்கள்.

✸

போராளிகள் எமது வீட்டுக்கு வந்த விதம் எமக்கு நேற்று நடந்ததைப் போல இப்போதும் நினைவிருக்கிறது, லமுனு. அதைப் போல பல இரவுகள் தொடர்ந்து வரப் போவதைக் குறித்து, அன்றிரவுதான் நாங்கள் அறிந்து கொண்டோம். துப்பாக்கிப் பிடிகளால் ஆட்களின் தலையில் தாக்கும் சப்தங்கள், ஓலமிடும் குரல்கள், எமது பிள்ளைகளை எமது சொந்த வீடுகளிலிருந்து பலவந்தமாக இழுத்துச் செல்லும் ஓசைகள் எமக்குக் கேட்டன. நாங்கள் நாதியற்று பரிதவித்தவாறு நின்றிருந்தோம்.

நீ தூக்கக் கலக்கத்தில் இருந்தாய். உன்னை விடவும் வேண்டுமென்றால் ஓரிரு வருடங்கள் மூத்த கிளர்ச்சியாளர்கள் உனது கையைப் பிடித்து இழுத்தார்கள். அப்போது நீ ஒரு டீசேர்ட்டை மாத்திரமே அணிந்திருந்தாய். நீ அணிந்து கொள்ளவென அம்மா உனக்கொரு பாவாடையை எடுத்து வந்தாள். அது உன் கைகளில் இருந்தபோதே, உன்னை வீட்டிலிருந்து வெளியே இழுத்துச் சென்றார்கள்.

அம்மாவின் அழுகை ஒப்பாரிகளுக்கும், கெஞ்சும் புலம்பல்களுக்கும் அவர்கள் துப்பாக்கிப் பிடிகளால் தலையிலடித்து பதிலளித்தார்கள். உனக்குப் பதிலாக அவளைக் கொண்டு செல்லுமாறு அவள் அவர்களிடம் வேண்டி நின்றாள். ஆனால் அவர்கள் அம்மாவுக்குப் பதிலாக மருந்துகளைத்தான் கேட்டார்கள். அம்மா, நகரத்திலிருந்த அரச மருத்துவமனையிலிருந்து கொண்டு வரும் மருந்துகள் அவர்களுக்குத் தேவைப்பட்டன. அம்மாவுக்கு இயலுமாக இருந்திருந்தால் ஒருபோதும் உன்னைக் கொண்டு செல்ல விட்டிருக்க மாட்டாள், லமுனு. அப்போதுதான் உனக்கு பதினொரு வயது பிறந்திருந்தது. ஆரம்ப வகுப்புகளுக்கான இறுதிப் பரீட்சைக்காக நீ படித்துக் கொண்டிருந்தாய். எதிர்காலத்தில் ஒரு வைத்தியராக வர வேண்டுமென்று நீ விரும்பியிருந்தாய். அம்மாவைப் போல தாதியாக ஆகாமல், வைத்தியரொருவராக ஆகி அப்பாவி மக்களுக்கு சேவை செய்ய வேண்டும் என்று நீ கூறிக் கொண்டேயிருந்தாய்.

உனது வயதையொத்த வயதிலிருந்த சிறுவர்களையும், சிறுமிகளையும் தேடித் தேடி அவர்கள் கதிகதி கிராமத்தின் அனைத்து வீடுகளுக்கும் சென்றிருந்தார்கள் என்பதை நாங்கள் பின்னர் அறிந்து கொண்டோம். போராளிகள் சிறு பிள்ளைகளை போருக்குப் பயிற்றுவிக்கிறார்கள் என அவர்கள் கூறினார்கள். அவ்வாறே ஏனைய பிள்ளைகளை ஏமாற்றிக் கூட்டி வரவும் பயிற்றுவிக்கிறார்கள் எனவும் தெரிவித்தார்கள். அகோலியை மீட்டெடுக்கும் பெரும் போருக்காகக் கொண்டு செல்லப்படுவதாகவும் அறியக் கிடைத்தது. ஆட்சியைக் கவிழ்த்தல், முஸவேனியின் ஆட்சியைத் தோற்கடித்தல் இவைதான் அவர்களது நோக்கமாக இருந்தது. இவற்றின் அர்த்தம் என்னவென்று நாங்கள் அறிந்திருக்கவில்லை. எவரிடமாவது கேட்க வேண்டும் என்ற தேவையும் எமக்கிருக்கவில்லை. நாங்கள் அறிந்திருந்த ஒன்றே ஒன்று, எம்மில் எவர்க்கும் எமது பிள்ளைகளை யுத்தத்துக்கு அனுப்பத் தேவைப்படவில்லை என்பதுதான்.

✸

அக் காலத்தில், நீ பாடசாலைக்குச் செல்லத் தயாராவதை நாங்கள் பார்த்துக் கொண்டிருந்தது இப்போதும் எமக்கு நினைவிருக்கிறது. ஏதோவொரு விஷேட சடங்கை நிறைவேற்றச் செல்வதைப் போல நீ தயாராகுவாய். பல் விளக்கி, குளித்துக் கொள்வாய். தண்ணீர்ப் பீப்பாயிலிருந்து கவனமாகத் தண்ணீரை எடுத்து உடலில் ஊற்றிக் கொள்வாய். அம்மா சமைத்துக் கொடுக்கும் காலையுணவை, பாடசாலைக்குச் செல்லத் தாமதிக்கும் என்று நீ உட்கொள்ளாமல் சுற்றியெடுத்து பையிலிட்டுக் கொள்வாய். போர் தொடங்கியதுமே பிள்ளைகள் எவரும் பாடசாலைக்குச் செல்லாமல் நின்று விட்டிருந்த போதும் நீ தினந்தோறும் பாடசாலைக்குச் சென்றாய். பாடசாலைக்குச் சென்று அங்கு ஆசிரியரோ, மாணவர்களோ எவருமில்லாத காரணத்தால் வீட்டுக்குத் திரும்பி வர நேர்ந்த தினங்களில் நீ ஆசிரியர்களைச் சபித்தாய், அவர்களை கோழைகள் என்று திட்டினாய். போர் உக்கிரமாக நடைபெற்றுக் கொண்டிருந்த நாட்களிலும் கூட நீ பாடசாலைக்குச் சென்றாய். பாடசாலையில் எவரும் இருக்கவில்லை என்று நீ சிறிதும் பின்வாங்கவில்லை.

போரின் காரணமாக வடக்கு உகாண்டாவிலுள்ள பிள்ளைகளுக்கு மாத்திரமே கல்வி கற்க வழியில்லாமல் போவதாகவும், நாட்டின் ஏனைய பகுதிகளிலுள்ள பிள்ளைகள் பாடசாலை செல்வதாகவும் நீ கூறிக் கொண்டேயிருந்தாய். அனைவருக்கும் பரீட்சைகளும் ஒன்று போலவே நடத்தப்பட்டன. அனைவரும் காடுகளுக்குள் ஒளிந்து கொண்ட போதிலும் நீ பாடசாலைக்குப் போய் வந்தாய். பாடசாலைக்குப் போகாதிருக்குமாறு அம்மா உன்னைக் கெஞ்சிக் கேட்டுக் கொண்டாள். பாடசாலைக்குப் போகும் வழியில் போராளிகள் பிள்ளைகளைக் கடத்திச் செல்வதாக அம்மா பயந்தாள். ஆனாலும் நீ எப்போதும் எப்படியாவது பாடசாலைக்குப் போனாய். எனினும்

அங்கு ஆளற்ற வகுப்பறைகளே காணப்பட்டன. சிதைந்து போன எதிர்பார்ப்புகளோடு நீ வீடு திரும்பினாய். பிறகு அம்மாவே உனது ஆசிரியை ஆனாள். அப்போதைய உனது வயதுக்குத் தேவைப்படாத போதிலும், அம்மா உனக்கு இனப்பெருக்கம் குறித்த பாடத்தைக் கூட கற்றுக் கொடுத்தாள். கல்வி கற்பதில் உனக்கு விந்தையானதொரு ஆர்வம் இருந்தது. ஒரு எழுத்துக் கூட எழுதப் படிக்கத் தெரியாத அப்பாவுக்குக் கூட உனக்கு நன்றாகக் கற்பிப்பதே தேவையாகவிருந்தது.

✱

லமுனு, அப்பா இப்போது நம்மிடையே இல்லை என்பதை உன்னிடம் எப்படிக் கூறுவதென எமக்குத் தெரியவில்லை. அவரின் இல்லாமையை நீ உணர்ந்திருக்கக் கூடும். யாருக்காக நீ யுத்தம் செய்தாயோ அவர்களே அப்பாவைத் துண்டு துண்டுகளாக வெட்டிக் கொன்றார்கள் என்பதை நாம் எவ்வாறு உன்னிடம் கூறுவது? லாலோகியில் குத்தகைக்குப் பெற்று வேலை செய்து கொண்டிருந்த பயிர் நிலத்தில் வைத்து அவரைக் கொன்று போட்டிருந்தார்கள். அவருக்கும், அவரது குடும்பத்தாருக்கும் கிராமத்துத் தலைவர் உணவு கொண்டு வந்து தரும் வரையில் வெறுமனே பார்த்துக் கொண்டிருக்க முடியாதென அவர் கூறினார். அப்பாவைப் பற்றி உனக்குத் தெரியும்தானே. அவர் மிகவும் கௌரவமாக வாழ்ந்த மனிதர். ஒரு மனிதனின் பலத்தைக் காண்பிப்பது களஞ்சியத்தில் நிரப்பப்பட்டிருக்கும் தானியங்களின் அளவுதான் என அவர் நம்பினார். யுத்தத்துக்கு முன்னர் எமது தானியக் களஞ்சியம் நிரம்பிக் காணப்பட்டது. அதைக் குறித்து எமது அயலவர்கள் பொறாமையால் துடித்தார்கள். அவர் ட்ரக்டரைப் போல மண்ணைக் கொத்திப் புரட்டினார். அவரது மாடுகள்தான் அலொகொலுமிலிருந்த மிகச் சிறந்த மாடுகள். அனைவருமே அவரிடமிருந்து பால் வாங்கத்தான்

விரும்பினார்கள். சோம்பேறியான லுடுகாமொய் கூட காலை, பகல், இரவென தொடர்ச்சியாக நிலத்தைக் கொத்திப் புரட்டினார் எனினும், அப்பாவின் விளைச்சலின் பாதியளவையாவது பெற்றுக் கொள்ள அவரால் முடியாமல் போனது.

அப்பா பயிர்நிலத்தை உழுது கொண்டிருக்கையில் போராளிகளிடம் சிக்கிக் கொண்டார். அனைவரையும் முகாமுக்குள் இருக்குமாறு உத்தரவிட்டிருக்கும் போது இங்கே என்ன செய்து கொண்டிருக்கிறாயென அவர்கள் கேட்டார்கள். 'ஒரு நல்ல ஆண்மகனென்பவன் தனது குடும்பத்தாருக்கு உணவளித்துப் பராமரிக்க வேண்டும்' என்று அவர் பதிலளித்தார். அவர் அவ்வளவு பலசாலியாக இருப்பாராயின் தம்முடன் இணைந்து யுத்தம் செய்ய வருமாறு அவர்கள் அவரிடம், கிண்டலாகக் கூறியிருக்கிறார்கள். தான் தொடங்கி வைக்காத போருக்குள் சிக்கிக் கொள்ள தனக்கு அவசியமில்லை என அவர் பதிலளித்திருக்கிறார். பத்துப் பேர் சேர்ந்து கையில் கிடைத்தவற்றையெல்லாம் கொண்டு அவரைத் தாக்கியிருந்தார்கள். அதன் பிறகு அவர்கள் அவரை துண்டு துண்டுகளாக வெட்டி சதையை வேறாக்கியிருந்தார்கள். உனக்குத் தெரியுமா, லம்னு? அப்பாவை நாங்கள் அடக்கம் செய்த நாளிலிருந்து இறைச்சி உணவுகளைச் சாப்பிடவேயில்லை. ஆமாம். இன்று வரைக்கும்ம ஒரு மனிதரை அவரது மரணத் தறுவாயிலும் இழிவுபடுத்த இன்னொரு மனிதரால் எவ்வாறு முடிகிறது என எம்மால் ஒருபோதும் புரிந்து கொள்ள முடியவில்லை.

இவையனைத்தையும் உன்னிடம் கூற எமக்குச் சக்தி கொடுக்குமாறு நாங்கள் ஒவ்வொரு நாளும் பிரார்த்தித்து வருகிறோம். எப்போதாவது ஒரு நாள், யுத்தம் முடிவடைந்ததும், நீ உனது கதையை எம்மிடம் கூறுவாய். அப்போது நாங்கள் எமது கதையை உன்னிடம் கூறுவோம்.

✶

நீ பாடசாலைக்குப் போனதைக் குறித்து நாங்கள் அயலவர்களிடமிருந்து அறிந்து கொண்டோம். உன்னை ஆறாம் வகுப்பில் சேர்த்துக் கொள்ளுமாறு நீ தலைமையாசிரியரிடம் வேண்டியிருந்தாய். நீ கதைக்கத் தொடங்கி விட்டாய் என்பதை நாங்கள் அறிந்திருக்கவில்லை. எம்முடன் அல்லாவிட்டாலும் கூட, நீ எவ்வாறாயினும் கதைக்கத் தொடங்கியிருப்பது குறித்து நாங்கள் மகிழ்ச்சியடைந்தோம். தலைமையாசிரியர் எலும்பும் தோலுமான உனது மெலிந்த உடலைப் பார்த்துக் கொண்டிருந்தார். உனக்கு எதிர்காலத்தில் வைத்தியராக வர வேண்டுமென நீ அவரிடம் கூறினாய். 'பாடசாலைக் கட்டணத்தைச் செலுத்த உன்னால் முடியுமா?' என அவர் உன்னிடம் கேட்டார். நீ அதற்குப் பதிலளிக்கவில்லை. எம்மிடம் ஒரு சதம் கூட இருக்கவில்லை என்பதை நீ அறிந்திருந்தாய். அதெல்லாம் உனக்குத் தெரியாது என்றும் படிப்பு மாத்திரமே தேவைப்படுவதாகவும் நீ கூறினாய். படித்து முடித்த பிறகு மொத்தமாகக் கட்டணத்தைச் செலுத்துவதாகவும் நீ கூறினாய்.

அவர் உன்னை நாலாம் வகுப்பில் சேர்த்துக் கொண்டார். ஏனைய மாணவர்கள் உன்னை அமைதியாகப் பார்த்துக் கொண்டிருந்தார்கள். உனக்குப் பைத்தியம் பிடித்திருப்பதாக அவர்கள் நினைத்துக் கொண்டார்கள். நீ அவர்களைத் தாக்கக் கூடும் எனப் பயந்த அந்தப் பிள்ளைகள் மெல்லிய குரலில் முணுமுணுக்கத் தொடங்கினார்கள். போரானது அவர்களுக்கு அவசியமற்ற, விளங்கிக் கொள்ள முடியாத பல விடயங்களை அளித்திருப்பதை அவர்கள் புரிந்து கொண்டிருந்தார்கள். ஆகவே சந்தேகத்துக்குரிய விடயங்களிலிருந்து விலகியிருக்க அவர்களுக்குத் தேவைப்பட்டது.

நீ பாடசாலைக்குச் சென்று தலைமையாசிரியருடன் வாதித்ததை அறிந்து கொண்ட அம்மாவும் பாடசாலைக்கு ஓடி வந்தாள். நீ ஏன் அவளுடன் இதுவரை கதைக்கவில்லை என்பது அவளுக்கு

ஆச்சரியத்தை அளித்திருந்தது. உனக்கு உதவி செய்ய அவள் விரும்பினாள். நீ பேசுவதைக் காண அவளுக்குத் தேவைப்பட்டது. அவள் ஒருபோதும் உன்னை வற்புறுத்தவில்லை. வெளியே கூற இயலாத போதிலும் கூட, அவள் உன்னை வெகுவாக நேசித்தாள்.

✸

லகோர் பாலர் பாடசாலை தலைமையாசிரியருடன் அம்மா கதைத்தாள். உனது பாடசாலைக் கட்டணங்களைத் தவணை முறையில் கட்ட இடமளிக்க தலைமையாசிரியர் இசைந்தார். உனக்கு இப்போதும் பாடசாலைக்குப் போக அவசியமாக இருப்பது குறித்து அம்மா மிகுந்த மகிழ்ச்சியடைந்திருப்பதாகக் கூறினாள்.

நீ நன்றி என்று கூறினாய். நீ அம்மாவுக்கு நன்றி தெரிவித்திருந்தாய். அதுதான் உன்னிடமிருந்து நாம் கேட்ட உனது முதல் வார்த்தை. எவ்வாறாயினும், நீ பேசி விட்டாய் என்பது குறித்து எமக்கு அளவற்ற மகிழ்ச்சி. உன்னால் இன்னும் பல விடயங்களைக் கூற இயலுமாகும் என நாங்கள் எதிர்பார்க்கிறோம். அனேனா, ஆயா, பொங்கொமின், யெகோ, அயாத், லாலம், ஔமா, ஒசெங், ஒடிம், ஒலேம், உமா, அடெங், அக்வேரோ, லேகார், ஒடொங், லென்யோரோ, லாடு, டிமிம இவர்கள் அனைவரையும் விடவும். அனைத்திற்கும் மேலாக உனது குரலைக் கேட்கத்தான் நாங்கள் காத்திருக்கிறோம்.

✸

புதிய சீருடை உனக்கு மிகவும் அழகாக இருக்கிறது. கடத்திச் செல்லப்பட்ட பிள்ளைகளுக்காக இயங்கி வரும் லகோர் பாலர் பாடசாலையின் தலைமையாசிரியர் உனக்கு அந்தச் சீருடையை அன்பளிப்பாகத் தந்திருந்தார். அவர்கள் உன்னைக் கவனமாகப் பார்த்துக் கொள்வார்கள் எனவும் அம்மா கூறினாள். அங்கிருந்த அநேகமான பிள்ளைகள் உன்னைப் போன்றவர்கள்தான். அவர்களும்

கூட பிள்ளைகளைச் சித்திரவதைக்குட்படுத்தி, கொலை செய்திருந்தார்கள். அவர்களும் கூட ஒருபோதும் விளங்கிக் கொள்ள முடியாத யுத்தத்தில் போரிட்டிருந்தார்கள். ஆசிரியர்கள் உன்னைக் கவனமாகப் பார்த்துக் கொள்வார்களென அம்மா கூறினாள். அவர்கள் அதற்காக சிறப்பாகப் பயிற்றுவிக்கப்பட்டிருக்கிறார்களாம்.

நீ மகிழ்ச்சியாகக் காணப்பட்டாய். நீ விடிகாலையிலேயே எழுந்திருந்ததை நாங்கள் கண்டோம். நீ பைக்குள் புதிய புத்தகங்களை அடுக்கினாய். புத்தகங்களின் அட்டைகளில் நீ உனது பெயரை அழகாக எழுதியிருந்தாய்.

உனது கனவுகள் நனவாகும் என்பதை நாங்கள் அறிவோம். எப்போதாவது ஒரு நாள் நீ வைத்தியர் ஆகுவாய். ஆமாம். அம்மா செய்தது போலவே மக்களுக்கு சேவைகள் செய்ய. ஆனால், வெண்ணிறக் கோட் அணிந்தவாறு.

அம்மாவின் கண்களில் கண்ணீர் நிறைந்திருந்தது. நீ மறுபக்கம் திரும்பிக் கொண்டாய். அது ஆனந்தக் கண்ணீர் என்பதை நீ அறிவாய் என்பது எமக்குத் தெரியும்.

போத்தலில் அடைக்கப்பட்ட ஞாபகங்கள்

ஆயத் மீண்டும் பிடோங்கைக் கனவில் கண்டாள். இந்தத் தடவை அவள் அவனை நெஞ்சோடு சேர்த்து அரவணைத்து, கள்ளருந்திய குடிகாரியைப் போல நடுத் தெருவில் நின்று கொண்டு, இங்குமங்குமாக அவனை ஆட்டிக் கொண்டிருப்பது போல உணர்ந்தாள். அவன் மூன்று மாதக் குழந்தையாக இருந்த வேளையில் செய்தது போல, அவனது காதுகளை வருடிக் கொடுத்தாள். இரண்டு கிலோமீற்றர் தொலைவில் இருப்பவருக்கும் கேட்கக் கூடும் என்பது போல அவளது இதயம் பலமாகத் துடித்துக் கொண்டிருந்தது. மக்கள் கீரைகளையும், தானியங்களையும், சக்கரைவள்ளிக் கிழங்குகளையும், மாம்பழங்களையும் விற்பனை செய்வதை விட்டு விட்டு பொறாமையோடு அவளைப் பார்த்துக் கொண்டிருந்தார்கள். அவள் அதைப் பொருட்படுத்தவேயில்லை. அவளுடைய மகனைத் தவிர வேறு எதுவுமே முக்கியமில்லாத சந்தர்ப்பங்களில் அதுவும் ஒன்று. பிடோங் புன்னகைத்த ஒவ்வொரு தடவையும் அவனது இரண்டு கன்னங்களிலுமிருந்த கன்னக் குழிகள் ஆழமாகின. அவளை விட்டுச் செல்ல அஞ்சியது போல அவனது சிறிய தோள்கள் அவளுடலை இறுக்கமாகப் பற்றிப் பிடித்திருந்தன. அவன் அவளை 'அம்மா! அம்மா!' என்று அழைத்துக் கொண்டேயிருந்தான். அவனது குரல்தான் அவள்

தனது வாழ்நாள் முழுவதும் கேட்டிருந்ததிலேயே மிக அழகான குரல். அவளையும், அவளது மகனையும் பார்த்துக் கொண்டிருந்த மக்கள் கை தட்டினார்கள். தொடர்ந்து சடுதியாக, அவனது விரல்கள் அவளிடமிருந்து நழுவத் தொடங்கின. அவன் ஆழமான குழியொன்றுக்குள் விழுந்து கொண்டிருந்தான். அவள் உதவி கோரி அலறினாள். மக்களோ தமது கீரைகளையும், தானியங்களையும், சக்கரைவள்ளிக் கிழங்குகளையும், மாம்பழங்களையும் விற்கத் தொடங்கியிருந்தார்கள். அவள் மீண்டும் அலறினாள். அவளது குரலோ வெளியே கேட்கவேயில்லை. மக்கள் அவளையும் அவளது குழந்தையையும் கடந்து சென்றார்கள்.

முற்றத்தில் நாய் குரைக்கும் ஓசை கேட்டு சட்டென்று விழித்துக் கொண்டாள். ஒரு கணம் குழம்பிப் போனாள். தான் எங்கே இருக்கிறேன், பிடோங் எங்கே இருக்கிறான் என்று எதுவுமே அவளுக்கு விளங்கவில்லை. கனவின் தடயங்களைத் தேடி படுக்கையை இறுகப் பற்றிப் பிடித்துக் கொண்டாள். அவள் பாடசாலையில் இருக்கிறாள் என்பது பிறகுதான் அவளுக்கு ஞாபகம் வந்தது. படுக்கை விரிப்பும், போர்வையும் ஈரமாக இருந்தன. அவளது கழுத்திலிருந்து தலையணைக்கு சூடான வியர்வை வழிந்து கொண்டிருந்தது. அது அப்படியே சொட்டட்டும் என விட்டு விட்டு தனது இரவாடையின் நுனியைப் பற்றியிழுத்து முகத்தைத் துடைத்துக் கொண்டாள். அவளது படுக்கையின் வாடை அவளுக்கே பிடிக்கவில்லை. இடது கையால் தலையணையை எடுத்து தரையில் எறிந்தாள். அதனைக் காலையில் எடுத்துக் கொள்ளலாம் என்று நினைத்தாள். அவளுடன் சேர்த்து கிட்டத்தட்ட மேலும் இருபது மாணவிகள் உறங்கிக் கொண்டிருந்த அந்த இருண்ட விடுதியறையைச் சுற்றி வரப் பார்த்தாள். எவ்வித அசைவையும் அவள் காணவில்லை. எவரும் கதைத்துக் கொள்வது கூட அவளுக்குக் கேட்கவில்லை. அறையின் ஒரு மூலையில் ஈவா மாத்திரம் குறட்டை விடுவது கேட்டது. அவளுக்கு இப்போது என்ன

நேரம் இருக்கும் என்பது தெரியவில்லை. மூன்று மணி ஆகியிருக்காது என்று நினைத்தாள். காரணம் அவளைப் பொறுத்தவரையில் சாத்தான்கள் உலகம் முழுதும் உலாப் போகும் நேரம் அது. அத்தோடு நிறையப் பேர் மரணிக்கும் நேரம் அது.

பிடோங்கின் முகத்தை நினைவுபடுத்திப் பார்க்க அவள் கடுமையாக முயன்றாள். அவளது சகோதர சகோதரிகளின் குழந்தைகளது முகங்கள்தான் நினைவுக்கு வருகிறதேயொழிய பிடோங்கின் முகம் மட்டும் அவளுக்கு ஞாபகம் வரவேயில்லை. ‘ஏன் எனது சொந்த மகன் நினைவுக்கு வர மாட்டேன் என்கிறான்?’ என்று அவள் தன்னையே கேட்டுக் கொண்டாள். ’அவனது ஞாபகம் மட்டும்தானே எனக்கென இருக்கிறது. என்னால் எனது மகனை மறக்க முடியாது’ என்று கட்டிலிலிருந்து இறங்கியவாறு தனக்குத்தானே சொல்லிக் கொண்டாள். கட்டில்களிடையே இருந்த ஒடுங்கிய இடைவெளியில் அங்குமிங்குமாக நடந்தாள். வேகமாக நடந்தும் அவளுக்கு பிடோங்கின் உருவம் ஞாபகம் வரவேயில்லை. அவனது கன்னக் குழிகள் மாத்திரம் நினைவு வந்தன. பிடோங்கைப் பற்றி தனது தோழிகளிடமாவது கூறியிருந்தால், கொஞ்சமாவது ஆறுதல் கிடைத்திருக்கும் என்று நினைத்தாள். பாடசாலைச் சூழல் தாய்மார்களுக்கான இடமல்ல என்பதையும், குழந்தைகளைப் பற்றிப் பேசக் கூடிய இடமல்ல என்பதையும் அவள் அறிவாள். அநேகமான மாணவிகள் பாலியல் பற்றிக் கூட பேச மாட்டார்கள். அவள் இப்படித் தனியே பேசியவாறு நடந்து கொண்டிருப்பதை மாணவிகள் கண்டால், அவர்கள் அவளுக்கு எப்போதும் கூறுவதைப் போல, முழுப் பைத்தியம் என்று முத்திரை குத்தி விடுவார்கள். அவளுக்குள் என்ன ஓடிக் கொண்டிருக்கிறது என்பதை அவர்கள் அறிய மாட்டார்கள்.

நமுகொங்கோ பாடசாலை மாணவர்களின் பெயர்கள் எப்போதும் சிறந்த பெறுபேறுகளைப் பெற்றமைக்காக மானிட்டர் மற்றும் நியூ

விஷன் பத்திரிகைகளில் பிரசுரமாகும். ஆயத் தனது பெயர் ஒருபோதும் இவ்வாறு பத்திரிகைகளில் பிரசுரிக்கப்படாது என்பதை அறிவாள். அவளது ஆகச் சிறந்த சித்திகள் சாதாரண சித்திகளாக இருந்தன. அதுவும், அலுவலகப் பயிற்சி மற்றும் மார்க்கக் கல்வி ஆகியவற்றில்தான். சாதாரண தரப் பரீட்சையில் எவ்வாறேனும் சித்தியடைந்து விட்டால் போதும். பல்கலைக்கழகக் கனவு என்பது அவளுக்குத் தொலைவாகவே இருந்தது. என்றாலும் அங்கும் செல்ல வேண்டும் என்றும் அவள் விரும்பினாள். மாகேரேரே பல்கலைக்கழகத்துக்குப் போக வேண்டும் என்று அவள் தனது பாலர் பாடசாலையில் பாடிக் கொண்டிருந்தது போல, அதற்கே செல்ல வேண்டும் என்று அவள் விரும்பினாள். அவளது இறுதிப் பரீட்சை இன்னும் ஒரு மாதத்தில் தொடங்கும். இந்த நிலைமையில் அவளது மூளையை வேறு எதுவும் தொந்தரவு செய்வதை அவள் விரும்பவில்லை. அவள் நினைத்திருந்ததிலும் பார்க்க, குறிப்பேடுகளில் உள்ளவற்றை மூளையில் திணிப்பது என்பது கடினமாகவே இருந்தது. அவள் படித்து விட்டு புத்தகங்களை மூடி வைக்கும் ஒவ்வொரு தடவையும், அவள் கற்றவைகளும் அந்தப் பக்கங்களோடு சேர்ந்து போயின.

அவள் ஒரு குழந்தையைப் பிரசவித்தவள் என்பதை மாணவர்கள் எவரும் அறியாதது அவளுக்கு மகிழ்ச்சியை அளித்தது. மனித உயிரியல் பற்றி அவள் நன்றாக அறிந்து கொள்ள வேண்டும் என்று சக மாணவர்கள் கூறுவார்கள். அந்த மாணவர்கள்தான் அதை நன்றாக அறிந்து கொள்ள வேண்டும் என்று அவள் நினைப்பாள். சில சமயங்களில் அவள் பாடசாலையைச் சுற்றி வர நடந்து போகும்போது மாணவர்கள் அவளைப் பற்றி இரகசியமாகக் கிசுகிசுத்துக் கொள்வதை அவள் கேட்டிருக்கிறாள். வடக்கு உகாண்டாவில் உருவாக்கப்பட்ட கெரில்லா போர்க் குழுமத்தின் தலைவரான ஜோசப் கோனியின்

பெயரை அவளுக்கு பட்டப்பெயராகச் சூட்டி பல தடவைகள் அழைத்திருக்கிறார்கள். சில சமயங்களில் அவ்வாறானவை அவளை மிகவும் நோகடித்த போதிலும், அவர்கள் என்ன சொன்னாலும் எதையும் பொருட்படுத்தக் கூடாது என அவள் தீர்மானித்திருக்கிறாள். ஆனால், அவளது தாய் எப்போதும் சொல்வதைப் போல பாடசாலை என்பது இலகுவானதாக இருக்கவில்லை.

அவளது வகுப்பு மாணவியான நகாடோ ஒரு கர்ப்பிணி என்பது கண்டறியப்பட்டதும் என்ன நிகழ்ந்தது என்பது அவளுக்கு நினைவிருக்கிறது. ஒவ்வொரு மாணவியினதும் கர்ப்பப் பையில் குழந்தை இருக்கிறதா என்று தாதி அவளது விரல்களைச் செலுத்திப் பார்த்தாள். அந்த நடவடிக்கையின் போது ஆயத்துக்கு குமட்டல் எடுத்தது. சூடான வெயில் கொதித்துக் கொண்டிருந்த ஒரு திங்கட்கிழமை மதிய வேளையில், மொத்த பாடசாலை மாணவர்களும் வரிசையாக நின்று கொண்டிருந்த பாடசாலை பொதுக் கூட்டத்தில் வைத்து நகாடோ பெயர் சொல்லி அழைக்கப்பட்டாள். அவள் ஒரு மோசமான மாணவி என்று தலைமை அதிபர் எல்லோர் முன்னிலையிலும் அறிவித்த வேளையில் அவள் அழுதாள். பின்னர் பாடசாலை வாகனம் அவளை வீட்டுக்குக் கூட்டிச் சென்றது.

ஆயத், அவளது வயிறு வீங்கத் தொடங்கிய பிறகும் கூட தான் கர்ப்பமாக இருப்பதை அவள் உணரவில்லை. வயிற்றிலுள்ளது போகட்டும் என்று அவள் அளவுக்கதிகமாக இளஞ்சூடான நீரை அருந்திய போதிலும், வயிறு மேலும் வீங்கியதே ஒழிய குறையவேயில்லை. அவளது கர்ப்பப்பையில் ஒரு குழந்தை இருக்கிறதென அவளது தோழியொருத்தி எடுத்துச் சொன்னதன் பிறகுதான் அவள் அதை உணர்ந்தாள். அது எப்படி வெளியே வரும் என்று அவளுக்கு அப்போதும் தெரிந்திருக்கவில்லை. உரிய நேரம் வரும் வரைக்கும் காத்திருக்கும்படி தோழி அவளை ஊக்குவித்தாள்.

என்ன செய்ய வேண்டும் என்று அந்தத் தோழிக்குத் தெரிந்திருந்தது. உரிய நேரம் வந்த போது, அவளது கதறல் ஓசை கேட்டு படையினர் அவர்களது இருப்பிடங்களை அறிந்து கொள்ளாதிருக்கும் பொருட்டு, ஆயத்தின் வாயில் துணி அடைக்கப்பட்டது. அவளுக்குள்ளிருந்து என்ன வெளிவருகிறது என்பதைக் காண அவள் ஆவலாக இருந்தாள். அவன் மிகவும் சிறியவனாக இருந்தான். பிறகு, அவனது கன்னங்கள் இரண்டிலும் கன்னக் குழிகள் இருப்பதை அவள் அவதானித்தாள். அவன் வளரும்போது அவனது பற்களிடையே இடைவெளி இருக்கும் என்பதையும் அவள் கண்டுகொண்டாள். பற்களிடையே இடைவெளியுள்ள ஆண்களை அவளுக்குப் பிடிக்கும். அவர்கள்தான் கட்டழகான ஆண்கள் என்று அவள் நினைத்தாள். பிடோங்கும் கட்டழகானவனாக வளர்வான்.

பிடோங்கைப் பற்றி நினைப்பது கூட ஆயத்தின் கண்களில் கண்ணீர் வழியச் செய்தது. அவளுடைய வாழ்க்கையின் இந்தக் காலகட்டத்தில் அவள் வாழவேயில்லை. படிப்பின் மீது கவனம் செலுத்து என்று தனது சிந்தனைகளுக்கு தானே அழுத்தம் கொடுத்துப் பார்த்தாள். ஆனால் அவளது மனமோ மீண்டும் மீண்டும் பிடோங்கின் நினைவுகளிடமே அவளைக் கூட்டிச் சென்றது. அவன் நன்றாக இருக்க வேண்டும். அவன் என்னை அழைப்பதை என்னால் உணர முடிகிறதே என்று நினைத்தாள். அவனது தாய் ஏன் திரும்பி வரவேயில்லை என்று அவன் யோசித்துக் கொண்டிருக்கக் கூடும்.

ஆமாம். அவள் பிடோங்கை இறுதியாகக் கண்டே கிட்டத்தட்ட நான்கு வருடங்கள் ஆகியிருந்தன. அவள் அவனை விட்டு வர விரும்பவேயில்லை. அனைத்துமே சடுதியாகத்தான் நடந்து முடிந்தன. அவளுக்கு யோசிக்கக் கூட நேரமிருக்கவில்லை. போராளிகளின் முகாமிலிருந்து அவள் தண்ணீர் எடுத்து வரப் போயிருந்தாள். பிடோங்கை அவளது சக போராளியொருத்தியிடம் ஒப்படைத்து

விட்டு வந்திருந்தாள். தண்ணீர்ப் பாத்திரத்தோடு அகோரோ மலைகளை ஏறிக் கடக்க சிரமமாகும் என்ற காரணத்தால் அவள் துப்பாக்கியையோ, பிடோங்கையோ தன்னுடன் சுமந்து வரவில்லை. திடீரென துப்பாக்கி வேட்டுச் சத்தங்கள் கேட்கவாரம்பித்ததும் அவளால் நின்று யோசிக்கக் கூட முடியவில்லை. உதவி தேடி ஓடியோடி காடு, மலைகளைத் தாண்டி வந்து அவளது வீடிருந்த கதிகதி பகுதிக்குச் செல்லும் பேருந்தொன்றில் ஏறிக் கொண்டாள்.

அன்று ஆயத் போராளிகள் முகாமிலிருந்து தனது வீட்டுக்குத் திரும்பி வந்த போது அவளது ஆடைகள் கந்தலாகிக் கிழிந்து மார்புக் காம்புகள் வெளியே எட்டிப் பார்த்துக் கொண்டிருந்தன. இனியும் அந்த ஆடையை அவளால் அணிய முடியாதிருந்தது. ஆனால் அவளுக்குச் சொந்தமாக இருந்த ஒரே ஆடை அதுதான். நீண்ட தூரம் நடந்திருந்ததால் அவளது பாதங்கள் பிளந்து வெடித்து வீங்கிப் போயிருந்தன. அவள் தாகத்தில் தவித்துக் கொண்டிருந்தாள். சேற்று நிலங்களில் அவள் குடித்த சகதி நீர் அவளது தாகத்தை மேலும் அதிகரிக்கச் செய்தது. அவள் வெகுநாட்களாக எந்த உணவையும் சாப்பிட்டிருக்கவில்லை. என்றாலும் பட்டினிக்குப் பழகிப் போயிருந்தாள். அவளுக்கு சற்று உறங்க வேண்டியிருந்தது. வீட்டுக்குப் போகும் அந்தப் பயணத்தின் போது அவளது மனம் முழுவதும் வெறுமையாகவிருந்தது. எதை எதிர்பார்ப்பது என்பதுவும், அவளது குடும்பத்தினர் உயிரோடு இருப்பார்களா என்பதுவும் கூட அவளுக்குத் தெரியவில்லை. கிராமங்களை எப்படியெல்லாம் ஆக்கிரமித்து, கிராமத்தவர்களைக் கொன்றழித்து தாம் கொள்ளையடித்த விதங்களையெல்லாம் பற்றி போராளிகள் கதைத்துக் கொள்வதை அவள் கேட்டிருந்தாள். அவ்வளவு இலேசாக அதைப் பற்றிப் பேசுவது கண்டு அவள் உள்ளுக்குள் கோபப்பட்டாள். அவர்கள் அந்த ஒவ்வொரு கணத்தையும் மகிழ்ச்சியோடு அனுபவித்தது போல காணப்பட்டார்கள்.

அவள் தெருவோரமாக நின்று கொண்டிருக்கையில் தனது தாயைத் திரும்பவும் தேடிக் கண்டுபிடிப்பாளா மாட்டாளா என்று கூட அவளுக்குத் தெரியவில்லை. வீட்டுக்குப் போகும் வழியை அவளால் காண முடிந்தது. ஆனால், அவளது தந்தையின் காணி நூற்றுக்கணக்கான கூடாரங்களால் நிரம்பியிருந்தது. கிட்கும்மிலிருந்து வரும்வழியில் அவள் இவ்வாறான முகாம்கள் சிலவற்றைக் கண்டிருந்தாள்தான். ஆனால், அவளது இடமே பல மனிதர்களுக்கு புகலிடம் அளித்திருக்கும் என்று அவள் நினைத்துக் கூட பார்த்திருக்கவில்லை. தமது பாதி எரிந்த சொந்த வீடுகளிலிருந்து துரத்தப்பட்ட மக்கள் தற்போது நெடிதுயர்ந்த கோரைப் புற்களிடையே முகாம்களில் வாழ்ந்து கொண்டிருந்தார்கள். அவள் பாடசாலை விட்டு வரும் வழியில் வைத்து போராளிகளால் கடத்தப்பட முன்பு, அவளது அத்தையும், இன்னும் சிலரும் மாத்திரம்தான் அவளது தந்தையிடம் புதிதாக வீடு கட்டவும், காய்கறி பயிரிடவும் காணித் துண்டுகளைக் கேட்டிருந்தார்கள். ஆரம்பத்தில் அவளது தந்தை மிகுந்த மகிழ்ச்சியோடு அதற்கு ஏற்பாடு செய்து கொடுத்து உதவினார். போகப் போக அவரிடம் காணி கேட்டு வருபவர்களின் எண்ணிக்கை அதிகரிக்க அதிகரிக்க இடப் பற்றாக்குறை காரணமாக அயலவர்களிடமும் கேட்டுப் பார்க்குமாறு அவர்களிடம் சொல்லியனுப்பினார். இருந்தாலும், இப்போதிருக்கும் வீடுகளின் எண்ணிக்கையைப் பார்க்கும்போது அவை நன்றாக அதிகரித்திருப்பது தெளிவாகத் தெரிந்தது.

தானிய மூட்டைகளைச் சுமந்து வந்த உலக உணவுத் திட்டத்தின் வாகனம் அவளைக் கடந்து சென்றது. முகாம்களிலிருக்கும் அகதிகளுக்காக அவர்கள் உணவு கொண்டு வந்திருப்பதை அவள் அறிவாள். மக்கள் அதன் பின்னால் ஓடுவதைக் கண்டாள். முன்பு

போராளிகளிடமிருந்து தப்பிக்க ஓடிய பெண்கள் இப்போது வெற்றுச் சாக்குகளோடும், பாத்திரங்களோடும் வாகனத்தின் பின்னால் ஓடிக் கொண்டிருப்பதைக் காண அவளுக்கு வருத்தமாக இருந்தது. பெரியவர்கள் அனைவரும் போரின் போது போராளிகளிடமிருந்தோ, இராணுவப் படையினரிடமிருந்தோ தப்பித்துக் கொள்ளத்தான் ஓடவே பழகியிருந்தார்கள்.

பெரியவர்கள் என்ன செய்கிறார்கள் என்பதைப் பற்றிய கவலையேதுமின்றி சிறுவர்கள் விளையாடிக் கொண்டிருந்தார்கள். சிறு வயதில் அவளும் இப்படித்தான் விளையாட்டை அனுபவித்து விளையாடிக் கொண்டிருந்தாள். அங்கிருந்த சிறுவர்களில் எவரையாவது அடையாளம் காண முடிகிறதா என்று அவர்களைக் கூர்ந்து பார்த்தாள். அவர்கள் அவளிருப்பதைப் பொருட்படுத்தாமலேயே விளையாடிக் கொண்டிருந்தார்கள். அவர்களில் ஒருவரையேனும் அவளால் இனங்காண முடியவில்லை. அவளது தந்தையின் காணிக்கு இடம்பெயர்ந்துள்ளவர்களின் பிள்ளைகளாக இருக்க வேண்டும் என்று அவள் நினைத்துக் கொண்டாள்.

அவர்களுக்குப் பின்னால் ஆண்களும் இருந்தார்கள். அவர்கள் தானிய பீரைக் குடித்துக் கொண்டிருந்தார்கள். இந்த முகாமை விட்டு வெளியே போய் விவசாய வேலைகளைப் பார்க்க அனுமதியில்லாதது குறித்து அவர்கள் சத்தமாக உரையாடிக் கொண்டிருந்தார்கள். இராணுவப் படையினர் தம்மை சிறு பிள்ளைகள் போல நடத்தியதற்காக வருந்தினார்கள். பலவந்தமாக தெருவோரமாக 'மண்டியிடு' என்று படையினர் தன்னை மிரட்டியதாக ஒருவன் அங்கிருந்தவர்களிடம் சொல்லிக் கொண்டிருந்தான். அவர்கள் அவனைத் துன்புறுத்தியிருந்தார்கள். அவன் முகாமை விட்டு எங்கேயும் போக மாட்டேன் என்று வாக்குறுதி அளித்த பிறகுதான் அவனுக்கு போக

அனுமதித்திருந்தார்கள். 'நான் ஒன்றும் சின்னப் பிள்ளையில்லை. பிறகும் ஏன் அவர்கள் என்னை அவ்வாறு நடத்தினார்கள்?' என்று அவன் தன்னைச் சுற்றியிருந்தவர்களைக் கேட்டான். அவர்கள் அமைதியாகவே இருந்தார்கள்.

ஆயத் தனது வீட்டைத் தேடி தொடர்ந்தும் நடந்தாள். முற்றத்திலிருந்த மா மரம் அவளுக்கு வழி காட்டியது. அவளைக் கண்டதும் அவளது தாய் என்ன சொல்வாள், எவ்வாறு நடந்து கொள்வாள் என்று யோசித்தாள். ஒரு கணம், சீனி திருடி அகப்பட்டுக் கொண்டது போல உணர்ந்தாள். அது தன்னுடைய தவறல்ல என்றும் அவள் நினைத்தாள்.

ஆயத் கடத்தப்பட்ட நாளில், கதிகதியிலுள்ள எல்லா பிள்ளைகளையும் போல பாடசாலைக்குப் போய்க் கொண்டிருந்தாள். பாடசாலைப் பிள்ளைகளை எதிர்பார்த்தவாறு போராளிகள் அடர்ந்த புதர்களிடையே மறைந்திருப்பார்கள் என்பதை சிறுமியான அவள் கூட அறிந்திருந்தாள்தான். அன்று இருண்ட ஆடையணிந்த ஒருவன் கோரைப் புற்களிடையே ஒளிந்திருப்பதைக் கண்டது குறித்து அவள் யோசித்துப் பார்த்தாள். ஆரம்பத்தில் அவள் அதைப் பொருட்படுத்தவில்லை. ஆனால் சடுதியாக ஒரு கடுமையான குரல் அவளை நிற்கச் சொல்லி உத்தரவிட்டது. தொடர்ந்து, அழுது கொண்டிருந்த ஒரு தொகைப் பிள்ளைகளிடையே அவளும் பலவந்தமாகக் கொண்டு செல்லப்பட்டாள்.

தனது செயல்களால் தானே வேட்டையாடப்படுவேன் என்று ஆயத் ஒருபோதும் நினைத்திருக்கவில்லை. அவள் கண்டறிந்திருந்த மூதாதையரின் சடங்குகளை ஒழுங்காக நிறைவேற்றாதது குறித்து அவள் தன்னையே நொந்து கொண்டாள். அவள் அவற்றைச் சிறப்பாக நிறைவேற்றியிருக்க வேண்டும். சிலவேளை உறங்கும் முன்பு அவள்

கொஞ்சம் வேப்பிலைச் சாற்றைக் குடித்து விட்டுப் படுத்திருந்தால், பிடோங்கைக் கனவில் கண்டிருக்க மாட்டாள்.

கடத்தப்பட்டிருந்து திரும்பவும் வீட்டுக்கு வந்த மகளைக் கண்ட ஆயத்தின் தாய், அவள் வீட்டுக்குள் நுழைய முன்பு அவளை மந்திரித்து அவள் மீது தானியம் கலந்த தண்ணீரைத் தெளித்தாள். ஆயத் கண்களை மூடிக் கொண்டு 'நான் வீட்டில் இருப்பதில் மகிழ்ச்சியடைகிறேன்' என்றாள். அவளது தாய் உடனடியாக அவளது நெற்றியில் தானிய நீரை இலைகளால் தொட்டுத் தெளித்தாள். 'எனது மகளே, நான் உன்னைத் திரும்பவும் காண்பேன் என்று நினைத்திருக்கவேயில்லை' என்று அவளது தாய் முணுமுணுத்துக் கொண்டேயிருந்தாள். அவள் நடுங்கிக் கொண்டிருந்தாள். அந்தக் குறுகிய நேரத்துக்குள் ஒன்று சேர்ந்திருந்த அயலவர்களை அழைத்தாள். 'எனது மகள், செத்துப் போய்விட்டாள் என்று எல்லோரும் சொன்ன எனது மகள் திரும்பி வந்திருக்கிறாள். அவளை மீளப் பெற நான் இனி என்ன செய்ய வேண்டும்?' என்று கேட்டாள். 'நீ செய்ததெல்லாம் சரி. தெய்வங்கள் சந்தோஷப்படுகின்றன' என்று கூட்டத்திலிருந்த ஒருவர் கூச்சலிட்டார்.

அவளது தாய் இன்னும் ஏதாவது கூறி மந்திரித்திருந்தால் நன்றாக இருந்திருக்கும் என்று ஆயத் நினைத்தாள். அவள் தமது மூதாதையரைத் திருப்திப்படுத்த இன்னும் ஏதாவது நல்லதைக் கூறி மந்திரித்திருக்க வேண்டும். இல்லாவிட்டால் தான் என்ன சொல்ல வேண்டும் என்று அம்மாவிடம் கேட்டிருக்க வேண்டும் என்று ஆயத் நினைத்தாள். அப்படிச் செய்திருந்தால் சிலவேளை, அவளது நெற்றியில் தெளித்த நீரோடு அன்றே இந்தக் கனவுகளும் காய்ந்து போயிருக்கக் கூடும். அவள் வீட்டிலிருந்து வந்து நான்கு வருடங்கள் கடந்து விட்டிருந்த பிறகும், இன்னும் பிடோங்கின் நினைவுகள் அவளது எண்ணங்களை நெரித்துக் கொண்டிருப்பது குறித்து அவள் கவலைப்பட்டாள். எவ்வாறாயினும், அவள், அவனை மறக்கவும்

கூடாதுதான். எல்லாவற்றிற்கும் மேலாக அவன் அவளது ஒரே குழந்தை. கள்ளின் அதியுச்ச சக்தியைப் பெற அதனை போத்தலில் அடைத்து வைப்பது போல அவளும், அவனது ஞாபகங்களை அடைத்து வைத்துப் பாதுகாக்க வேண்டும். அவன்தான் அவளது போத்தலில் அடைக்கப்பட்ட மகனாக என்றும் இருப்பான்.

அவளது தாய் அவளிடம் இத்தனை காலமும் அவள் எங்கேயிருந்தாள், அவளுக்கு என்ன நடந்தது என்றெல்லாம் விசாரிப்பாள் என்று எதிர்பார்த்தாள். ஆனால் அவளோ, மகள் குளிக்க தண்ணீரும், அணிந்து கொள்ள ஆடையும், சாப்பிடுவதற்கு உணவும் எடுத்துக் கொடுத்தாள். ஆயத், தனக்கு ஒரு குழந்தை பிறந்ததையும், அதை விட்டு வந்ததையும் எவரிடமும் சொல்லாதிருக்க தீர்மானித்திருந்தாள். நாட்கள் வருடங்களாகின. ஆனால் எவருமே அவளுக்கு என்ன நடந்ததென்று அவளிடம் கேட்கவேயில்லை. அவளது தாய்க்கு உயர் இரத்த அழுத்த நோய் தோன்றியிருந்தது. அதுவே அவளது மனதை ஆக்கிரமித்திருந்தது. ஒருவேளை அவள் ஆயத் பத்திரமாக வீட்டில் இருப்பது குறித்து மிகுந்த மகிழ்ச்சியடைந்திருக்கக் கூடும். அவ்வளவுதான். பிறகு அவர்கள் அவளைத் திரும்பவும் பாடசாலைக்கு அனுப்பும் வழியைப் பற்றி யோசிக்கத் தொடங்கியிருந்தார்கள்.

ஒவ்வொரு கணமும் ஆயத் தனது மகனைப் பற்றி தாயிடம் சொல்லவே நினைத்தாள். ஆனால் அதற்கு உகந்த நேரம் வாய்க்கவேயில்லை. அவளது மகனை அவள் எவ்வளவு நேசிக்கிறாள், அவனை எப்படியெல்லாம் கனவு காண்கிறாள், அவனைக் காண எவ்வளவு தவிக்கிறாள் என்பது பற்றியெல்லாம் அவள் தனது தாயிடம் சொல்ல விரும்பினாள். அப்போது அவளுக்கு பதினைந்து வயது நடந்து கொண்டிருந்தது. யுத்தத்திற்கு முன்பு, பையன்களிடமிருந்து தள்ளியே இருக்கும்படி அவளது தாய் எப்போதும் சொல்லிக்

கொண்டேயிருப்பாள். அவளுக்கு பிடோங் இருக்கிறான் என்பதன் அர்த்தம் அவள் ஒரு பையனுடன் நெருக்கமாக இருந்திருக்கிறாள் என்பதுதான். ஆகவே அதைச் சொல்லி தனது தாயின் நம்பிக்கையைக் குலைக்க அவள் விரும்பவில்லை. அவளது தாய் எப்போதும் பெருமைப்படும் மகளாக அவள் இருக்க விரும்பினாள்.

தனது குழந்தையிடமே திரும்பிப் போய் விடலாம் என்று அவள் நினைத்த நாட்களும் அநேகமிருந்தன. அவனுக்கு இப்போது ஐந்து வயது ஆகியிருக்கும். அவன் பிறந்த திகதி அவளுக்கு நினைவில்லை. அவள் அனுபவித்த பிரசவ வலியும், அவளது தோழி அவள் பிரசவிக்க உதவியதுவும்தான் அவளுக்கு நினைவிருக்கிறது. அவன் வெளியே வந்த பிறகு அவனை எப்போதும் கைகளிலேயே வைத்திருப்பதில் அவள் மகிழ்ச்சியடைந்தாள். அவனைத் தூக்கி வைத்திருக்கும்போது துப்பாக்கியையும் தூக்க நேர்வதை அவள் வெறுத்தாள். அவன் சிறிய குழந்தையாக இருந்தான். அவன் ஒருபோதும் அழவேயில்லை. அவனைத் தூக்குபவர்கள் அனைவரோடும் புன்னகைப்பான். மூன்று மாதத்திலேயே கஞ்சி குடிக்கத் தொடங்கியிருந்தான். பிறகு கோழி சூப் குடித்து விட்டு அதன் எலும்புகளோடு விளையாடிக் கொண்டிருப்பான். அவளுக்கு அவ்வளவாக தாய்ப்பால் சுரக்கவில்லை. ஆகவே உணவாக அவளுக்கு என்ன கிடைக்கிறதோ அவற்றையெல்லாம் அவனுக்கும் ஊட்டி வளர்த்தாள். எவ்வித முறைப்பாடுமின்றி புன்னகைத்து, கன்னக் குழிகளைக் காட்டியவாறு அவனும் சாப்பிட்டான்.

காட்டில் இருந்த வேளையில் கமாண்டர் எம். அவளது உயிர் அவளது துப்பாக்கியிலேயே தங்கியிருக்கிறது என்று கூறினான். அவள் அவனை ஓதிம் என்று பெயர் கூறி அழைத்த போது அவன் அவளை அடித்தான். அவள் அவனை அடையாளம் கண்டிருந்தாள். தன்னையும் அவனிடம் அறிமுகப்படுத்திக் கொள்ள விரும்பினாள். அவனும்,

அவளது ஊரான கதிகதியைச் சேர்ந்தவன்தான். யுத்தத்துக்கு முன்பு அவனும், அவள் போன அதே பாடசாலையில்தான் படித்திருக்கிறான். அவள் பாடசாலையில் சேரும் போது அவன் நான்கு வருடங்கள் முந்தைய வகுப்பில் இருந்தான். நிச்சயமாக அவன் அவளை அவதானித்திருக்க மாட்டான்.

கடத்தப்பட்ட அவள் கந்தல் துணி போல சிதைக்கப்பட்டு கமாண்டர் எம். இடம் ஒப்படைக்கப்பட்ட வேளையில் அவள் எவ்வாறு அதைத் தாங்கிக் கொண்டாள்? அவன் அவள் மீது வெறியோடு பாய்ந்தபோது அவள் அவனை வெறுப்புடன் பார்த்தாள். அவன் அவளைக் காயப்படுத்தாத வரைக்கும் அவன் என்ன செய்தான் என்பதை அவள் பொருட்படுத்தவில்லை. தான் செய்த காரியத்தில் குற்ற உணர்ச்சி அடைந்தவனைப் போல அவன் விரைவாக அறையை விட்டு வெளியேறினான். அதன் பிறகு அவள் எப்போதாவதுதான் கமாண்டர் எம். ஐக் கண்டாள். என்றாலும் அவள் அவனிடம்தான் துப்பாக்கியை இயக்குவது எப்படி என்று கற்றுக் கொள்ள நேர்ந்தது. துப்பாக்கியில் குறி பார்த்துச் சுடுவது எப்படி என்றும் அவன் கற்றுக் கொடுத்தான். அவள் துப்பாக்கியை எப்போதும் தன்னுடன் நெருக்கமாக வைத்திருக்க வேண்டும், எப்போதும் அது பயன்படலாம் என்று அவன் கட்டளையிட்டிருந்தான். கமாண்டர் எம். பிடோங்கை அவ்வளவாக அவதானித்திருக்கவில்லை. ஒரு நாள் அவனைக் கண்ட அந்தச் சிறிய குழந்தை உற்சாகத்துடன் சிரித்தது. குழந்தைக்கு மாத்திரம் தெரிந்த மழலை மொழியில் என்னவோ ஓசை எழுப்பியவாறு அவனிடம் பாயத் துடித்தது.

போராளிகளுடன் கழிக்க நேர்ந்த இரண்டு வருட காலப் பகுதியில் அவளுக்கு இரண்டு தடவைகளே துப்பாக்கிகளை இயக்கும் வாய்ப்புகள் கிடைத்தன. அதுவும் அரசாங்கப் படையினர் அவர்களை நோக்கி வேட்டு வைத்த சந்தர்ப்பங்களில்தான். அவள் தனது துப்பாக்கியை மிகுந்த உற்சாகத்தோடு பயன்படுத்தினாள். அவளுக்கு

வழங்கப்பட்டிருந்த துப்பாக்கி ரவைகள் தீரும் வரைக்கும் வெறுமனே அவள் சுட்டுக் கொண்டேயிருந்தாள். சூழல் அமைதியடைந்த பிறகு, போராளிகள் தம்மிடையே மரித்தவர்களைப் புதைத்ததன் பிறகு, அவளுக்கு மேலும் ரவைகள் கிடைத்தன. பிடோங்குடன் சேர்த்து அவற்றையும் சுமந்து கொண்டு திரிவது அவளுக்கு சிரமமாகவே இருந்தது. அப்போது அது அவ்வளவு எளிதாக இருக்கவில்லைதான். ஆனால் இப்போது நினைத்துப் பார்க்கும்போது அதைத் தன்னால் எவ்வித முறைப்பாடுகளுமின்றி திரும்பத் திரும்பச் செய்ய முடியும் என்று அவளுக்குத் தோன்றியது. அவளுக்கு மீண்டும் பிடோங்கைப் பார்க்கும் வாய்ப்பு கிடைத்தால் அவள் பிடோங்கையும், இன்னும் ஐந்து துப்பாக்கிகளையும் சுமந்து கொண்டு பல மலைகளை நடந்து கடப்பாள். அவள் அவனுக்காக வலியை அனுபவித்துக் கொண்டிருந்தாள். அவனுடனான ஒவ்வொரு நினைவையும் அவள் மீட்டிப் பார்த்தாள்.

பின்னர் ஆயத் மின்விளக்குகளை எரியச் செய்தாள். நள்ளிரவில் மின் விளக்குகளை எரியச் செய்வது தடுக்கப்பட்டுள்ளது என்பதை அவள் அறிவாள். அங்கு படுத்திருந்த பெரிய மாணவிகளோ, காவலர்களோ அதைக் கண்டித்துக் குரல் எழுப்புவார்களோ என்று தயங்கி சற்று நேரம் அந்த இடத்திலேயே காத்திருந்தாள். ஆனால் அங்கு எவ்வித சலனமும் இல்லை. அவள் தனது மதம் தொடர்பான பாட நூலைத் திறந்த வேளையில் அதில் இயேசு தண்ணீரை திராட்சை ரசமாக மாற்றிய கதையைக் காண்கிறாள். அவள் போராளிகள் முகாமிலிருந்து திரும்பி வந்ததிலிருந்து தனது மதம் தொடர்பான குழப்பத்துக்கு ஆளாகியிருந்தாள். போராளிகள், பத்து கட்டளைகளைப் பின்பற்றும் அகோலியின் புனித குழுவென தம்மைக் கூறிக் கொண்ட போதிலும், கொலை, கொள்ளை, வல்லுறவு ஆகியவற்றைச் செய்ததோடு, சிறுமிகளைத் தமக்கிடையே பங்கிட்டுக் கொள்வதையும் தயங்காமல் செய்து வந்தார்கள். அவள் அவர்களுடன் இணைய விரும்பவில்லை என்றாலும், அவள் உயிர் பிழைத்திருக்க அவளுக்கிருந்த ஒரே வழி

அதுவாகத்தான் இருந்தது. அவள் துப்பாக்கியைச் சுமந்து கொண்டிருந்தாள். பிறகு அவளுக்கு பிடோங்கையும் சுமக்க வேண்டி வந்தது.

அவள் மீண்டும் பிடோங்கை நினைவில் கொண்டு வர முயற்சித்தாள். இந்தத் தடவை எதுவுமே அவளது நினைவுக்கு வரவில்லை. அவளது மருமகன்களோ, மருமகள்களோ கூட நினைவுக்கு வரவில்லை. அவளது மூளை முற்றாக மழுங்கிப் போயிருந்தது. அவள் பதற்றத்துக்கு உள்ளானாள். இருந்த இடத்திலிருந்து துள்ளிப் பார்த்தாள். கட்டில்கள் அவளது இடுப்பில் மோதின. அந்த வலி அவளைக் கவலைக்குள்ளாக்கவேயில்லை. பிடோங்கின் உருவத்தைக் கற்பனை செய்து பார்க்க அவள் முயற்சிக்கும் போதெல்லாம் அவனது தோற்றம் குறைவாகவே நினைவுக்கு வந்தது. 'நான் எனது மகனைத் தேடிக் கண்டு பிடிக்க வேண்டும், அப்போதுதான் எல்லாம் சரியாகும்' என்று அவள் நினைத்தாள். ஈவா குறட்டை விடுவதை நிறுத்தியதும் அவள் புத்தகத்தை மூடி வைத்தாள். 'பைத்தியக்காரச் சிறுக்கியே, விளக்கை அணை. ஏதோ உன் வீட்டில் எல்லோரும் உடுக்க வசதியில்லாமல் அம்மணமாகச் சுற்றித் திரிவது போலவும், நீதான் அவர்களைக் காப்பாற்ற வேண்டும் என்பது போலவும் நள்ளிரவெல்லாம் படித்துக் கொண்டிருக்கிறாய்' என்ற ஈவாவின் வார்த்தைகளை அவள் கண்டுகொள்ளவேயில்லை. பிடோங்கின் ஞாபகங்கள் அடைக்கப்பட்டிருக்கும் போத்தலை நான் திறக்க வேண்டும்' என்று மாத்திரம் அவள் தொடர்ச்சியாகச் சொல்லிக் கொண்டேயிருந்தாள்.

அவன் அவளது கனவில் செய்தது போல, அவள் அவனைக் கட்டியணைத்துக் கொள்ள விரும்பினாள். அவள் இனியும் இயேசுவையோ, பிஸ்மார்க்கையோ படிக்க மாட்டாள். அவளது மகனைக் கண்டு பிடிக்கும்வரை எதையுமே படிக்க மாட்டாள். அதுதான் தான் செய்யக் கூடிய மிகச் சிறந்த காரியம் என்று அவளுக்குத்

தோன்றியது. அவளுக்கும் அதுதான் தேவையாக இருந்தது. அவள் பாடசாலையை விட்டு ஓடிப் போய் விட்டாள் என்று அவளது தாய்க்குத் தெரிய வந்தால் அவள் என்ன சொல்வாள் என்று யோசித்துப் பார்த்தாள். அவளது தாய் தனக்குச் சொந்தமாக இருந்த ஒரேயொரு காணியை விற்றுத்தான் அவளது பாடசாலைக் கட்டணங்களைச் செலுத்தியிருந்தாள். ஆயத்துக்கு பிடோங் எங்கிருக்கிறான் என்பதை அறிந்து கொள்ள வேண்டும். இப்போது அவன் என்ன செய்கிறான்? பாடசாலைக்குப் போவானா? அவனுக்கும் அவளைப் பற்றி கனவுகள் வருமா? அவளைப் போல அவனும் கீரைகளைச் சாப்பிட விரும்புவானா? அவன் ஓதிம்மின் சாயலைக் கொண்டிருப்பானா?

அவள் தாவணியை எடுத்து தன்னைப் போர்த்திக் கொண்டாள். அவள் தனது இரவாடையிலேயே இருந்தாள். அவளது செருப்புகளைக் கண்டறிந்து அவற்றைப் பார்க்காமலேயே கால்களில் இட்டுக் கொண்டாள். கதவருகே நடந்து சென்றவள், சாவித் துவாரத்திலேயே சாவி இருப்பதைக் கண்டாள். சாவியைச் சுழற்றியதும் கதவு திறந்து கொண்டது. அவள் விடுதியறையை விட்டும் வெளியே வந்தாள். 'பைத்தியக்காரச் சிறுக்கியே, எங்கே போகிறாய்? உள்ளே வந்து கதவைச் சாத்து' என்று ஈவா கத்துவது அவளுக்குக் கேட்கவில்லை. அவளது காதுக்குள் ஒலித்ததெல்லாம் 'பிடோங்கின் ஞாபகங்கள் அடைக்கப்பட்டிருக்கும் போத்தலை நான் திறக்க வேண்டும். எனது மகனை நான் தேடிக் கண்டுபிடிக்க வேண்டும்' என்பது மாத்திரம்தான். நீலமும், வெள்ளையும் கலந்த விடுதியறையிலிருந்தும் வெளியேறி நடந்தாள். உறங்கிக் கொண்டிருந்த காவலர்களைக் கடந்தாள். குளிர் காற்றையும் அவள் உணரவில்லை. 'எனது மகனை நான் தேடிக் கண்டுபிடிக்க வேண்டும்' என்பது மாத்திரம்தான் அவளது காதில் ஒலித்துக் கொண்டிருந்தது. அந்த விடிகாலையில் அவள் தனது மகனைக்கண்டுபிடிக்க நடந்த போது பனித்துளிகள் மாத்திரம் அவளது பாதங்களை நனைத்தன.

கிராமத்தின் மகாராணி

"என்னுடைய மகள் வீடு திரும்பி விட்டாள்" என்று கிசுகிசுத்தவாறே அம்மா சுளகைத் தரையில் வைத்தாள். பின்னர் எழுந்து நின்றாள். என்னை நோக்கி அடியெடுத்து வந்தவள் எதையோ மறந்து விட்டவள் போல நின்று விட்டாள். பிறகு திரும்பி வீட்டுக்குள் போனாள். நான் எனது வீடு என்று அழைக்கும் ஒரே குடிசை அது. நான் அவளைத் தொடர்ந்து வேகமாக நடந்தேன். எனது சூட்கேஸ் எனது இடுப்பில் மோதிக் கொண்டிருந்தது. அம்மாவுக்கு என்னைக் கட்டிப்பிடிக்க வேண்டியிருந்ததை நான் அறிவேன். படையினர் என்னைப் பாலியல் வல்லுறவுக்கு உள்ளாக்கிய நாளிலிருந்து அம்மாவை நான் கட்டிப் பிடித்ததேயில்லை. அவளும் என்னைக் கட்டிப்பிடிக்கவில்லை.

அவளது நீண்ட அடிச்சுவடுகளைத் தொடர்ந்து நானும் தள்ளாடியவாறே நடக்கிறேன். நான் வீட்டுக்குத் திரும்பி வருவேன் என்று அவள் எதிர்பார்த்திருக்கவில்லை. நான் வருவதைக் குறித்து அறிவிக்க கடிதமொன்றை எழுதிய போதிலும் அதை நான் தபாலிடவேயில்லை.

நான், வாசலில் திணை உமியின் மீது நின்று கொண்டிருந்தேன். கம்பாலாவிலிருந்து குலுவுக்கு வந்த பிரயாணம் என்னைக் களைப்படையச் செய்திருந்தது. கூரையிலிருந்த காய்ந்த புற்கள்

தலையில் குத்துவதைத் தடுக்க குனிந்தவாறே அம்மா குடிசையிலிருந்து வெளியே வந்தாள். தொடர்ந்து, அவள் என்னைக் கூர்ந்து பார்த்தாள்.

ஒரு காலத்தில் சிக்குப் பிடித்து குட்டையாக இருந்த எனது தலைமயிர், இப்போது நீண்டு சுருண்டிருக்கிறது. பிரகாசமான சிவப்பு வர்ணம் எனது நகங்களில் பூசப்பட்டிருக்கிறது. குதியுயர் பாதணிகளை அணிந்திருந்த நான் அம்மாவின் முன்னால் கோபுரம் போல உயரமாக நின்று கொண்டிருக்கிறேன். அவள் வாயைத் திறந்து என்னையே பிரமிப்பாகப் பார்த்துக் கொண்டிருக்கிறாள். எனது ஒப்பனை அலங்காரங்களைக் குறித்து அவள் சந்தோஷப்படுகிறாளா அல்லது அருவெறுப்படைகிறாளா என்று என்னால் உறுதியாகச் சொல்ல முடியவில்லை.

பல்கலைக்கழகத்தில் முதல் நாள் எனக்கு நினைவிருக்கிறது. மேரி ஸ்டூவர்ட் மண்டபத்தில், கூட்ட நெரிசலுக்கு மத்தியில் எனது பலகையாலான சூட்கேசுடனும், நான்கு அங்குல விட்டம் கொண்ட மெத்தையுடனும் நின்று கொண்டிந்தேன். மிக நீண்ட கருமையான கூந்தலைக் கொண்டிருந்த ஒல்லியான பெண்ணொருத்தி எனது சூட்கேஸையே பார்த்துக் கொண்டிருந்தாள். பல்கலைக்கழகத்தின் முதல் நாளிலேயே அவள் என்னைக் கடந்து போகும்போது 'புதியவர்களின் நாளில் ஒரு ஈமச்சடங்கு', 'எனக்கு இந்த அமர்வு பிடித்திருக்கிறது' என்று கீச்சிட்டாள்.

''லேகர், இந்த முட்டை மேல ஏறி நில்லு'' என்ற அம்மாவின் வார்த்தைகள் எனது ஞாபகங்களை இடையறுத்தன. அவள் ஒரு முட்டையையும், நீண்ட குச்சியொன்றையும், சில இலைகளையும் வாசற்படியில் வைத்திருந்தாள்.

நான் பழங்கால சடங்குகளைச் செய்ய வேண்டியிருந்தது என்னை ஆச்சரியத்துக்குள்ளாக்கியது.

''அம்மா, நான்தான் தவறொண்ணும் செய்யலையே?''

''உன்னுடைய மூதாதையர்கள் நீ என்ன செய்ய வேணும்னு வழி காட்டியிருக்காங்க. அதை மறந்துடாதே. மாகரேரே அந்தப் பழக்கங்களை உன்னிடமிருந்து இல்லாமலாக்காமல் இருக்க வேணும்.''

அம்மாவைப் பொறுத்தவரையில் பல்கலைக்கழகம் என்றாலே அது மாகரேரே மாத்திரம்தான். பாடசாலைகளில் படிப்பில் சிறந்து விளங்கும் மாணவர்கள் மாகரேரே பல்கலைக்கழகத்துக்குப் படிக்கப் போகிறார்கள் என்பதை அவள் அறிவாள். உகாண்டாவில் தற்போது பலரும் படிக்க முடியுமான விதத்தில் பல பல்கலைக்கழகங்கள் உள்ளன என்பது அவளுக்குத் தெரியவில்லை. அவற்றைப் பற்றி அவளிடம் நான் சொல்லவுமில்லை.

நான் எனது பாதணிகளைக் கழற்றினேன். ஊருக்குத் திரும்புபவர்கள் செய்வதை நான் பல தடவைகள் கண்டிருந்ததனால், இலைகளின் மீது குதித்து முட்டையின் மீது ஏறி நின்றேன். எனது பாரத்தைத் தாங்கவியலாமல் முட்டை உடைந்து, பசித்திருந்த தரை மீது அதன் சாற்றைச் சிந்தியது. பசித்த மலைப்பாம்பொன்றைப் போல தரை அதை விழுங்கிக் கொண்டது. நான் தூய்மையாகி விட்டிருந்தேன். நான் என்னவெல்லாம் பாவங்களைச் செய்திருக்கிறேனோ அவற்றையெல்லாம் முட்டை கழுவி அகற்றியாயிற்று. ஆகவே இனி என்னால் வீட்டுக்குள் நுழைய முடியும்.

புகை நிரம்பிய குடிசைக்குள் நுழைந்ததுமே மேரி ஸ்டூவர்ட் மண்டபத்திலிருந்த எனது அறை சட்டென்று மனதில் தோன்றி விட்டது. சீமெந்துத் தரை. எனது அறைத் தோழிகள் என்னைக் காட்டுச் சிறுக்கி என்று அழைத்த போதிலும் அதை நான் பொருட்படுத்தவேயில்லை. காரணம் குறைந்தபட்சம் அந்த அறையில் புகையிருக்கவேயில்லை. சாணம் மெழுகப்பட்ட தரையில் கவனமாக விரிக்கப்பட்டிருந்த

அம்மாவின் நாணற் பாயைக் கண்டேன். அதன் மீது இனிமேல் வரப் போகும் உறக்கமற்ற இரவுகளை நான் கற்பனை செய்து பார்த்தேன்.

குடிசைக்கு வெளியே கபில நிறக் கோழியைப் பிடித்துத் தருமாறு கூறி அம்மா அடூவைக் கூப்பிடுவது கேட்கிறது. அம்மாவுக்குப் பிடித்தமான கோழியின் வறுவலை நான் இன்றிரவு சாப்பிடப் போகிறேன் என்பது எனக்கு விளங்கியது.

அம்மாவின் வேலைகளுக்கு உதவி செய்யலாம் என்று வீட்டை விட்டு வெளியே வந்த வேளையில் நான் மா மரத்தடியில் நோக் மாமா அமர்ந்திருப்பதைக் கண்டேன். அவரிடம் ஓடிப் போனேன். அவரது கையைப் பலமாகப் பிடித்துக் குலுக்கினேன். அவரும் எனது கையைக் குலுக்கி விட்டு எப்போதும் செய்வதை போல எனது காதுகளைப் பிடித்துக் கிள்ளினார். அம்மாவைப் போலவே அவரும் என்னைக் கட்டிப்பிடிக்கவில்லை.

நேரம் செல்லச் செல்ல எனது உறவினர்கள் பலரும் என்னைப் பார்க்க வந்தார்கள். எனது வருகையைப் பற்றி அவர்கள் எவ்வாறு அறிந்து கொண்டார்களோ தெரியாது. அவர்கள் என்னை புன்னகைகளாலும், பலத்த கைகுலுக்கல்களாலும் வரவேற்றார்கள். மிக விரைவில் எமது முற்றம் ஆண்களாலும், பெண்களாலும் நிரம்பியது. ஆண்களிடமிருந்து கசாயத் தைல வாசனை வந்தது. பெண்கள் அவரை விதைகளையும், வேர்க்கடலைக் கூழையும், வற்றாளைக் கிழங்கு கறியையும், கீரைக் குழம்பையும், தானிய ரொட்டிகளையும் இரவுணவுக்கென கொண்டு வந்திருந்தார்கள்.

எனது உறவினர்களை மீண்டும் காணக் கிடைத்த சந்தோசத்தில் நான் அவர்கள் அனைவரையும் வரவேற்றேன். எனக்காக பலகை சூட்கேஸை வாங்கவும், மெத்தையை வாங்கவும் நோக் மாமா தனது இரண்டு ஆடுகளையும் விற்றிருந்தார். எனது கல்வி

உபகரணங்களுக்காகவும், ஆடைகளுக்காகவும் அம்மாவின் கோழிகள் விற்கப்பட்டிருந்தன.

எனது அறைத் தோழிகள் எப்போதும் எனது ஆடைகளை சிறப்பான ஆடைகள் என்று கிண்டலடிப்பார்கள். நான் சிப்ஸை ஸிப்ஸ் என்று உச்சரிப்பதைக் கண்டு சிரிப்பார்கள். ஆனாலுமென்ன நான் எனது வீட்டில் சந்தோஷமாகவே இருக்கிறேன். இந்தக் கிராமத்தின் மகாராணி நான்தான்.

புகையிலையின் அரசி

தலையணையிலிருந்து தலையைத் தூக்கினேன். எனது இடது காதினருகே நுளம்புகள் வெட்கமேயில்லாமல் இரைந்து கொண்டிருந்தன. ஏற்கனவே நான் உறக்கம் வராமல் படுக்கையில் நீண்ட நேரத்தைச் செலவிட்டிருந்தேன். நான் இந்த பூமியில் இதுவரை கழித்திருந்த ஐம்பது ஆண்டுகளைப் பற்றி யோசித்துப் பார்க்கையில் தமது மனைவிமாருக்காகவும், பிள்ளைகளுக்காகவும் என்னைப் புறக்கணித்துச் சென்ற நான் பெற்றெடுத்த பத்து மகன்களும், அவர்களுடன் பூங்காக்களில் நான் செலவழித்த நெடிய மணித்தியாலங்களும்தான் தொடர்ந்தும் ஞாபகம் வந்து கொண்டேயிருக்கின்றன.

கடவுள் ஒரு நோக்கத்திற்காகத்தான் அனைவரையும் படைத்தார் என்று எல்லோரும் கூறுகிறார்கள். ஆனால் பத்து காசுக்கு ஒரு புகையிலைத் துண்டைக் கூட வாங்க முடியாத நிலையிலிருக்கும் இந்தக் கிழவியைப் படைத்ததன் நோக்கம்தான் என்ன? இவளால் செய்ய முடிந்தது எல்லாம் யாசிப்பது மாத்திரம்தான். தனது கடைசி நேரம் வரைக்கும் யாசித்துக் கொண்டேயிருக்குமாறு கடவுள் ஒருத்தியைப் படைக்க முடியுமா? இந்தக் கேள்விகள் எனது சிந்தையை நிறைத்துக் கொண்டிருந்தன. அன்று எனது கணவன் லுடுகாமோய்

வேட்டைக்குப் போகாதிருந்திருந்தால்... அந்த யானை அவரை அடித்துக் கொள்ளாதிருந்திருந்தால் எவ்வளவு நன்றாக இருந்திருக்கும். அதைத்தான் இந்த வயதான பெண் விரும்புகிறாள்.

புகையிலைக்கான ஆசை மீண்டும் தலைதூக்கியது. குமட்டல் வருவது போல உணர்ந்தேன். நான் புகைபிடிக்க வேண்டும் என்று சொல்லும் ஒவ்வொரு தடவையும் என்னைத் திகைப்புடன் பார்ப்பவளான ஆலிம் மீதும் பொறாமையை உணர்ந்தேன். எப்போதும் போல ஒரு கரண்டி நிறைய புகையிலையைப் பெற்றுக் கொள்ள முடியாத இந்த இரவும் மிக நீண்ட இரவாக இருக்கப் போகிறது என்பதை அறிந்தே இருந்தேன்.

அநேகமாக இப்போது நேரம் பத்து மணி இருக்கும். அடுகுவின் குழந்தை ஒடிம் அவனது தாய் தன்னைத் தொந்தரவு செய்ததற்காக அடிக்கும் போதெல்லாம் அழுது கொண்டிருந்ததைத் தவிர, அந்த வளாகமே மிகவும் அமைதியாகத்தான் இருந்தது.

நான் வழமையாக புகையிலையைப் போட்டு வைக்கும் தகரப் பேணியை எடுக்கக் கையை நீட்டினேன். அதில் ஒன்றும் மிச்சமிருக்காது என்பது எனக்குத் தெரியும் என்றாலும் அதை எப்போதும் எடுத்துப் பார்த்துக் கொண்டிருந்தேன். எவ்வாறேனும், ஏதேனும் அற்புதங்கள் நிகழ்ந்திருக்கலாம். தெய்வங்கள் தமது இருப்பைக் காட்டத் தீர்மானித்திருக்கலாம்.

'அந்தக் கடவுள்களுக்குத்தானே நான் அருந்துவதற்கு முன்பே தண்ணீரையும், நான் சாப்பிடுவதற்கு முன்பே உணவையும் படையலிட்டு வந்திருக்கிறேன்' என்று எனக்கு நானே சொல்லிக் கொண்டேன். ஆனால் வெற்றுத் தகரப் பேணியானது, என் வாழ்நாள் முழுவதும் நான் சேகரித்த அனைத்து ஏமாற்றங்களையும் உள்ளடக்கியது போலவே இருந்ததால் அதை அந்தக் குடிசைக்குள்

வீசியெறிந்தேன். தகரப் பேணி தண்ணீர்ப் பாத்திரத்தில் பட்டு ஓசையெழுப்பியது.

ஆரம்பத்தில் இந்தக் குடிசைக்குள் தனியாக உறங்க வேண்டியிருந்த நிர்ப்பந்தத்தை நான் வெறுத்த போதிலும், இப்போதெல்லாம் இந்தத் தனிமையை நெஞ்சார நேசிக்கத் தொடங்கியிருந்தேன்.

சோம்பலாக பாயிலிருந்து எழுந்து கொண்ட நான், இரவுணவை சமைத்த அடுப்பில் தணல் ஏதும் இன்னும் எஞ்சியிருக்கிறதா என்று பார்த்தேன். விரலைக் கொண்டு சாம்பலை ஆராய்ந்தேன். அது இன்னும் சூடாகவே இருந்ததோடு, ஒரு கரித் துண்டை உபயோகிக்கலாம் என்று எனக்கு நானே கூறிக் கொண்டேன்.

முன்பு போலவே நான் புகைத்த காய்ந்த பப்பாளி இலைகள் புகையிலைக்கான எனது ஏக்கத்தைப் போக்காமல் கருணையேயின்றி அதை அதிகரித்தன. எதுவும் யோசிக்காமல் எனது படுக்கை விரிப்பின் ஒரு துண்டைக் கிழித்தெடுத்த நான் அதை ஒரு சிகரெட் போல உருட்டி வாயில் வைத்துப் பற்ற வைக்க முற்பட்ட வேளையில்தான் என்ன மாதிரியான வெட்கங்கெட்ட செயலைச் செய்து கொண்டிருக்கிறேன் என்பதை உணர்ந்தேன். பின்னர் எதுவும் செய்ய இயலாதவளாக படுக்கைக்குச் சென்றேன்.

ஒரு காவல்நாயைப் போல கொட்டக் கொட்ட விழித்தவாறு எனது மந்தமான மனதை உத்வேகப்படுத்த எதுவுமில்லாத நிலையில் வெகுநேரம் படுத்துக் கிடந்தேன். அந்த வேளையில்தான் திடீரென புகையிலையின் இனிமையான வாசனை எனது நாசியில் நுழைந்தது.

உற்சாகமான நான், எனது போர்வையைத் தூக்கியெறிந்து விட்டு, அந்த வாசனையைப் பின் தொடர்ந்து எனது வளாகத்தை விட்டும் ஒதுக்குப்புறமாக, தனித்திருந்த அக்வேரோவின் குடிசையருகே வந்து விட்டிருந்தேன். இந்தப் பின்னிரவில் புகைபிடிப்பவர் யாராக இருக்கக்

கூடும் என்பதையெல்லாம் நான் யோசிக்கவேயில்லை. அதில் எனக்குரிய பங்கைப் பெற்றுக் கொள்ள வேண்டும் என்பதில் மாத்திரம் உறுதியாக இருந்தேன்.

கதவை நெருங்கிய நான் எனது வருகையை அறிவிக்க தொண்டையைச் செருமினேன். எனக்கு மரண அமைதி மாத்திரமே பதிலாகக் கிடைத்தது.

''ஓடி!'' என்று நான் அழைத்துப் பார்த்தேன்.

''உள்ளே வாங்க அம்மா'' என்று ஒரு வித்தியாசமான குரல் பதிலளித்தது.

புற்கள் வேயப்பட்டிருந்த கூரையில் எனது தலை மோதுவதைத் தவிர்க்க தலையைக் குனித்துக் கொண்டேன்.

எனது மீட்பர் யாரெனப் பார்க்க, எனது கால்கள் உள்ளே நுழைந்ததுமே சடுதியாக சுற்றி வரப் பார்த்தேன். நான் அங்கு கண்டவை எனது தேகம் முழுவதையும் அச்சத்தால் பதைபதைக்கச் செய்தன. பல அளவுகளிலான இருண்ட ஆடைகளை அணிந்திருந்த ஆண்கள் பலர் நீண்ட துப்பாக்கிகளை தமது முதுகுகளில் சுமந்தவாறு அங்கே நின்று கொண்டிருந்தார்கள். அத்தோடு தரையில் வாள்களும், கோடரிகளும் கிடந்தன.

''அம்மா, உனக்கு என்ன வேணும்?'' என்று கதவருகே நின்று கொண்டிருந்தவன் கேட்டான்.

அவன் என்னை அம்மா என்று அழைத்ததில் நான் கொஞ்சம் தைரியம் அடைந்திருந்தேன். புகைபிடிக்க ஏங்கித் தவிக்கும் ஐம்பது வயதான பெண்ணொருத்தியை அவன் வேறு எப்படியெல்லாம் அழைத்திருக்கலாம்?! என்னால் இயன்றளவு எனது குரலைத் தாழ்த்தி மெதுவாக ''புகையிலை மகனே'' என்று கூறி பெருமூச்சு விட்டேன்.

எனது பதில் அவர்களுக்கு சிரிப்பை வரவழைத்தது. ஆனாலும் அவர்கள் ஓசையெழச் சிரிக்கக் கூடாது என்று பயிற்றுவிக்கப்பட்டவர்கள் போல அமைதியாகச் சிரித்தார்கள். நானும் அவர்களுடன் சேர்ந்து கொண்டு சிரித்தேன். அந்தக் கூட்டத்தில் என்னுடையது மாத்திரம் தன்னை ஆற்றுப்படுத்த முயலும் ஒரு கோழையின் சிரிப்பு போல இருந்தது.

''ஒகேலோ! இவளுக்குக் கொஞ்சம் கொடு'' என்று எனதருகே இருந்தவனின் குரல் எழுந்தது.

ஒகேலோ தனது கையை பாக்கெட்டுக்குள் இட்டு உள்ளேயிருந்து முடிச்சிடப்பட்டிருந்த கறுப்புப் பையொன்றை வெளியே எடுத்தான்.

''எல்லாத்தையும் இவளுக்கே கொடுத்துடு'' என்று ஒரு குரல் உத்தரவிட்டது.

''இரு அம்மா, நான் உனக்கு உதவுறேன்'' என்று குடிசையின் மத்தியிலிருந்து ஒரு குரல் சொன்னது. ஒகேலோவிடமிருந்து சுருக்குப் பையை வாங்கிக் கொண்ட அவன், இடிக்கப்பட்டிருந்த காய்ந்த புகையிலைத் துகள்களை கொஞ்சமாகத் தனது உள்ளங்கையில் கொட்டினான். அவனுக்கு உத்தரவிட்டவனிடமிருந்து ஒரு துண்டுக் காகிதத்தைத் தனது மறு கையில் வாங்கிக் கொண்டவன், மிகவும் கவனமாக அதில் புகையிலையை இட்டு ஒரு சிகரெட் போல சுருட்டி எனது கையில் தந்தான். அதுதானே இவ்வளவு நேரமாக என்னைத் துன்புறுத்திக் கொண்டிருந்தது.

''நன்றி!'' என்றேன்.

நெருப்பின் அருகே நின்று கொண்டிருந்தவன் எரிந்து கொண்டிருந்த விறகை எடுத்து என்னிடம் தர, அந்த சிகரெட்டை வாயில் வைத்து பற்ற வைத்தேன். அங்கே இருந்த எல்லா ஆடவர்களும் புகைபிடித்துக்

கொண்டிருப்பதை அப்போதுதான் நான் கவனித்தேன். அங்கு என்னையும் சேர்த்து புகைபிடிக்கும் குழுவொன்றே உருவாகியிருந்தது. இறுதியில், இரவு முழுவதும் என்னை உறங்க விடாத அப் பொருள் எனக்குக் கிடைத்து விட்டிருந்தது. இந்தப் பிணைப்பால் நாங்கள் அனைவரும் ஒருங்கிணைந்திருந்தோம். எமது வாழ்நாள் முழுவதும் ஒத்திகை பார்த்து இன்று அந்தத் திறமைகளை வெளிக்காட்டும் நாள் என்பது போல நாங்கள் ஊதித் தள்ளிக் கொண்டிருந்தோம்.

நான்தான் அங்கிருந்த அனைவரை விடவும் மகிழ்ச்சியாக இருந்தேன். புகையிலையின் அரசி, நான். அடுத்து என்ன நடந்தாலும் எனக்குக் கவலையில்லை. என்னை உறக்கத்தில் ஆழ்த்தக் கூடிய பொருள் எனக்குக் கிடைத்து விட்டது. என்னை இவர்கள் கொன்றாலும் எனக்குக் கவலையில்லை. ஆனாலும், ‘இவர்கள் எதற்காக என்னைக் கொல்ல வேண்டும்? இவர்கள் என்னை 'அம்மா' என்று அழைக்கிறார்கள். யார் தனது அம்மாவைக் கொல்வார்?’ என்று எனக்கு நானே கூறிக் கொண்டு மேலும் அதிகமான நம்பிக்கையோடு புகைபிடித்துக் கொண்டிருந்தேன்.

அந்த சிகரெட் தீர்ந்ததும் நான் அவர்களுக்கு நன்றி தெரிவித்து விட்டு விடைபெறுவதற்கான நேரம் வந்து விட்டதைத் தெரியப்படுத்தினேன். அவர்கள் தந்திருந்த புகையிலையின் மிச்சத்தை எனது உள்ளங்கைகளில் இறுகப் பற்றியிருந்தேன்.

‘‘இவ்வளவு சீக்கிரமாவா? ஒரு விருந்தாளி சாப்பிட்டு முடித்த உடனேயே அந்த இடத்தை விட்டுப் போவது சரியில்ல என்பதை நீ தெரிந்திருக்க வேணும் அம்மா’’ என்று தலைவன் கூறினான்.

‘‘நீங்க சொல்றது சரிதான் மகனே’’ என்று பதிலளித்தேன்.

அவர்கள் அனைவரும் ஒருமித்து ஆமோதித்தார்கள். அவர்கள் எத்தனை பேர் இருக்கிறார்கள் என்பதை எண்ணிப் பார்க்க நான் அந்தச்

சந்தர்ப்பத்தைப் பயன்படுத்திக் கொண்டேன். அவர்கள் மொத்தம் ஒன்பது பேர் இருந்தார்கள். ஒன்பது பேருக்கு மத்தியில் ஒருத்தி. இங்கு நின்று கொண்டிருப்பது ஆபத்து என்று எனக்கு நானே சொல்லிக் கொண்டேன். இவர்களிடமிருந்து தப்பித்துப் போய் விட வேண்டும்.

"விடியப் போகுது மகனே" என்றேன்.

"இங்க வரும்போதே உனக்கு அது தெரியாதோ?" என்று ஒரு குரல் கேட்டது.

அவர்களை நேராகப் பார்ப்பதைத் தவிர்க்க நான் தீர்மானித்தேன்.

"அம்மாவிடம் முரட்டுத்தனமாக நடந்து கொள்ள வேண்டாம்" என்று யாரோ சொன்னது கேட்டது.

நானும் அவர்களை எதிர்த்து நிற்கக் கூடாது என்பதில் உறுதியாக இருந்தேன்.

"அம்மா, நாங்க உங்க மாடுகளைக் கொள்ளையடிக்க வந்திருக்கோம். உங்களை இப்ப போக விட்டா நீங்க எல்லோரையும் எழுப்பிடுவீங்கன்றது எங்களுக்குத் தெரியும். நாங்க அந்த நிலைமையை சந்திக்க விரும்பல."

அவர்கள் குறிப்பிட்ட மாடுகள் என்னுடைய சக்களத்தி அதிமாவுக்குச் சொந்தமானவை. இவர்கள் அவற்றைக் கொள்ளையடித்தால் நான் அதற்காகக் கவலைப்படவே மாட்டேன். காரணம் அவைதான் அவளுடைய பெருமைக்குரிய சொத்துகளாக இருந்தன.

"நான் யாரையும் எழுப்ப மாட்டேன்" என்றேன்.

"நாங்க முட்டாள்கள்னு நெனச்சிட்டிருக்கியா?"

அதிமா, அவளது மகள் திருமணம் முடித்துப் போன நாளிலிருந்து

என்னை நிம்மதியாக இருக்க விடுவதேயில்லை என்பதை இவர்களிடம் எப்படி நான் விளக்கிச் சொல்வேன்? அவளது பிள்ளைகளில் ஒன்று சுகவீனமுற்றிருந்த வேளையில் அவள் என்னை சூனியக்காரி என்று அழைத்தாள். அவற்றையெல்லாம் இவர்களிடம் எப்படிச் சொல்வது என்று நான் யோசித்துக் கொண்டிருந்தேன்.

''சொல்லு, உன்னை என்ன செய்யலாம்?''

''என்னை என்னோட குடிசைக்குப் போக விடுங்க. வேணும்னா நீங்க அதுல என்னை வச்சுப் பூட்டி விடலாம்.''

''அங்க வேற யாருமில்லையா?''

''அதுல நான் மட்டும்தான் இருக்கேன்.''

''நேரம் போயிட்டிருக்கு. நாங்க செய்ய வேண்டியதை சீக்கிரமா செய்யணும்.''

''நாங்க இவளோட வாய்க்குப் பூட்டு போட்டுடுவோம்.''

''அதுதான் நல்லது.''

''ஐயோ, தயவு செய்து என்னை நோவிக்காதீங்க'' என்று முழங்காலில் நின்று கொண்டு கெஞ்சினேன்.

''எஞ்சியிருக்குற ராத்திரிக்குள்ல உன்னை அமைதிப்படுத்திடுவோம்'' என்றார் தலைவர்.

என்னைப் போக அனுமதிக்குமாறு நான் அவர்களிடம் கெஞ்சிக் கொண்டிருந்தேன். என்றாலும், எவருமே எனது கோரிக்கையை கவனத்தில் கொள்ளவேயில்லை. நான் அவர்களுக்கு ஒரு தொந்தரவாக ஆகி விட்டிருந்தேன். நான் ஒரு முதியவள் என்றும், என்னால் எவ்விதமான ஆபத்துகளும் நேராது எனவும் யாரோ சொல்வது கேட்டது. மற்ற எவரும் அதை ஏற்றுக் கொள்ளாததோடு,

எனக்கு ஒரு நாக்கு இருப்பதால் அனைவரும் சிக்கிக் கொள்ளக் கூடும் என்றார்கள். அவ்வாறு சிக்கிக் கொள்வதுதானா அவர்களுக்குத் தேவையாக இருந்தது?

அங்கிருந்து நழுவ இதுதான் சரியான சந்தர்ப்பம் என எண்ணினேன். ஆனால் நான் மெதுமெதுவாக வாசலுக்கு நகர்ந்த போது ஒரு முரட்டுக் கரம் என்னைப் பிடித்து இழுத்தெடுத்தது.

"இவளுக்கு எவ்வளவு தைரியம்னு பார்த்தீங்களா?"

எல்லோரும் என்னைப் பார்த்தார்கள்.

"சரி. இப்ப என்ன நடக்கப் போகுதுன்னு பாருங்க" என்றான் ஒருவன்.

அவன் எனது தலைமயிரைப் பிடித்து இழுத்தான். அதை எதிர்த்து எனது எலும்புகள் ஓசையெழுப்புவதை உணர்ந்தேன். நெடுங்காலமாக மாட்டுச் சாணத்தால் மெழுகப்படாதிருந்த கரடுமுரடான தரையில் எனது வாய் அழுத்தப்பட்டது. பிடிபட்ட விலங்கொன்றின் மீதான பலத்தோடு அவன் எனது வாயை தரையோடு சேர்த்து முன்னும் பின்னுமாகத் தேய்த்தான். எனக்கு இன்னுமின்னும் துன்புறுத்துவான் என்ற பயத்தில் நான் அவனை எதிர்க்கவில்லை. நான் சாகப் போகிறேன் என்ற எண்ணத்தில் இந்த உலகத்திடமிருந்து விடைபெறுவது போல இரு கண்களையும் மூடிக் கொண்டேன். கத்தக் கூட எனக்குத் தோன்றவில்லை. எனது உமிழ்நீரினாலோ, இரத்தத்தாலோ தரை ஈரமாகிக் கொண்டிருப்பதை என்னால் உணர முடிந்தது. சடுதியாக அவன் என்னை விடுவித்த வேளையில் கழுதைப்புலியின் அலறலைப் போன்ற ஒன்று என்னிலிருந்து எழுந்தது.

"சத்தம் போடாதே!"

"இல்லேன்னா, நாங்க உன்னை சுட்டுக் கொன்னுடுவோம்!"

எனது தலை பாரமற்றதாகவும், விறைத்துப் போயிருப்பது போலவும் நான் உணர்ந்தேன். மிளகைத் தேய்த்தது போல எனது முகம் எரிந்து கொண்டிருந்தது.

‘‘இனி நாங்க இவளை இவளோட வீட்டுக்கு கூட்டிப் போகலாம். இவள் யாரிடமும் ஒரு வார்த்தை கூட மூச்சு விட மாட்டாள் என்பதை உறுதிப்படுத்திக் கொள்ளுங்க.’’

அவர்களில் சிலர் எனது அடிச்சுவடுகளைப் பின்பற்றியவாறு எனது குடிசை வரை வந்தார்கள். அதில் நான் மாத்திரமே வசிக்கிறேன் என்பதை உறுதிப்படுத்திக் கொண்ட பிறகு எதுவுமே பேசாமல் திரும்பிச் சென்றார்கள்.

அப்போதும், எனது கைகளில் புகையிலைப் பையை நான் இறுகப் பற்றியிருப்பதை அப்போதுதான் உணர்ந்தேன். இப்போது நான் பாதுகாப்பாக இருக்கிறேன் என்பதை அறிவேன் ஆதலால் அந்தப் பையை பத்திரமாக பானைக்குள் வைத்தேன். எனது உச்சி முதல் பாதம் வரை நான் நடுங்கிக் கொண்டிருப்பதை அப்போதுதான் உணர்ந்தேன். எனது சோர்வடைந்திருந்த உடம்பை படுக்கையில் கிடத்தினேன். எவ்வளவு நேரம் அவ்வாறு கிடந்திருப்பேன் என்று எனக்குத் தெரியவில்லை எனினும் எனக்கு நடந்தவற்றை யோசித்துப் பார்த்தவாறு எப்போதும் திடுக்கிட்டுக் கொண்டிருந்தேன்.

கண்களைத் திறந்து பார்த்தபோது எனது உதடுகள் மிகவும் மோசமாக வீங்கியிருப்பதையும், விடிந்து விட்டதையும் அறிந்து கொண்டேன். அதிமாவின் அலறல் என்னைத் திடுக்கிட வைத்தது. தொடர்ந்து நான் ஒகெல்லோ, லன்யெரோ, ஓஜோக், ஆரக், அபேர் ஆகியோரின் காலடியோசைகளையும், குரல்களையும் கேட்டேன். ஆரக்கை அழைக்க நான் வாயைத் திறந்தேன் எனினும் என்னால் என் மேல் உதட்டை அசைக்க முடியவில்லை. அத்தோடு கீழுதடைப்

பார்க்கையில்,எனக்கு எவ்விதத் தடங்கலுமில்லாமல் பார்க்கக் கூடியவாறு அது மிகவும் பெரியதாக வீங்கியிருந்தது.

ஓஜோக் எனது பெயரைக் கூறி அழைப்பதையும், அவனது கனத்த காலடியோசைகள் எனது வாசலை நெருங்குவதையும் நான் கேட்டேன். என்னைக் கண்டும், எனக்கு என்ன நடந்திருக்கிறது என்பதைக் கண்டும் அவனது முகத்தில் தோன்றக் கூடிய உணர்ச்சி வெளிப்பாட்டை அறிந்து கொள்ள நான் அமர்ந்திருந்த இடத்திலேயே ஒரு பொம்மை போல காத்திருந்தேன். எப்படி நான் அவனிடம் சொல்வேன்? கால்நடைகளைக் களவாடிச் சென்றவர்களை நான் பார்த்தேன் என்றோ, அவர்களுடன் சிகரெட்டைப் பகிர்ந்து கொண்டேன் என்றோ அவர்களிடம் எப்படிச் சொல்வேன்?

சன்ஷைன்

சன்ஷைன், நான் உனக்கு எழுதுவேன் என்று நினைத்திருக்கவேயில்லை. கடிதங்கள் வீணானவை என்று நீ சொல்வாய். இதைக் கடிதம் என்று நான் கூற மாட்டேன். 'சன்ஷைனுடன் ஒரு நேருக்கு நேர்' என்றுதான் இதைக் கூறுவேன். நாங்கள் அப்படித்தானே உரையாடுவோம். இல்லை. உரையாடினோம். ஆங்கில மொழிக்கு புதியதொரு அர்த்தத்தை நீ வழங்கினாய். எதை நீ கூற வேண்டியிருந்தாலும், அதை எப்படிக் கூறுவது, எவ்வாறு கூறுவது என்பதையெல்லாம் எப்போதும் நீ அறிந்திருந்தாய். நீயில்லாமல் எனது நா எழவேயில்லை. என்னால் உனது கருமையான, மென்மையான சருமத்தை தொட்டுணர முடியவேயில்லை. பேனாவும், காகிதமும்தான் உன்னை அடைய ஒரே வழி. உன்னுடன் எனக்குப் பேச முடியுமான ஒரே வழி அதுதான். உணர்ச்சிகள், ஆழமான உணர்ச்சிகள் என்று சொற்களுக்கு பல வித அர்த்தங்களிருக்கின்றன. பக்கங்கள் வெறுமனே பக்கங்கள்தான். அவை வெறுமையானவை. ஆயிரக்கணக்கான சொற்கள் அப் பக்கங்களை நிரப்பலாம். காற்று ஊதிச் செல்லும் வார்த்தைகளாக அவை எஞ்சும். எவருமே வாசிக்காத உலகின் மூலையொன்றுக்கு அவற்றை ஊதித் தள்ளும்.

சன்ஷைன், கடந்த ஒரு வாரமாக நான் மாகேரேரே பல்கலைக்கழத்தில் இருப்பதை உனக்கு அறியத் தர விரும்புகிறேன். முப்பது வயதுக்கு முன்பாக முதுகலை பட்டப்படிப்பையும் பூர்த்தி செய்து விட வேண்டும் என்ற எமது இலக்கை நிறைவேற்றுவதற்காக இங்கே இருக்கிறேன். நாங்கள் தொடங்கியதை முடிக்க நீ மாத்திரம்தான் இங்கு இல்லை. சமாதானமும், முரண்பாடுகளும் தொடர்பான கற்கைநெறியில் முதுகலை பட்டப்படிப்பைத் தொடர நான் தீர்மானித்திருக்கிறேன். என்னை வழிநடத்த நீதான் இங்கு இல்லை. நான் என்ன படிக்க வேண்டும் என்று நீ விரும்புகிறாய் என்பதை அறியாமல் கற்கைநெறிகளைப் பார்த்துப் பார்த்து தடுமாறிக் கொண்டிருந்தேன். எம்மை மக்களோடு பிணைக்கும் கற்கைநெறியையே நாம் கற்க வேண்டும் என்று எப்போதும் நீ விரும்பினாய். அதற்கு சமாதானமும், முரண்பாடுகளும் தொடர்பான கற்கைநெறி பொருத்தமாக இருக்கும் என்று நான் கருதுகிறேன். அது இந்தப் பல்கலைக்கழகத்தில் புதிதாக அறிமுகப்படுத்தப்பட்டிருக்கும் கற்கைநெறி என்பதால் சந்தைப்படுத்தக் கூடிய படிப்பென்றும் சிலர் கூறுகிறார்கள். உகாண்டா தேசத்தவர்களான நாம் புதியவற்றை எந்தளவு விரும்புவோம் என்பதை நீ அறிவாய். இந்தக் கற்கைநெறியைப் பூர்த்தி செய்தால் தொழிலொன்றைப் பெற்றுக் கொள்வதுவும் இலகு என்றும் சிலர் கூறுகிறார்கள். இங்கு தொழிலொன்றைப் பெற்றுக் கொள்வதானால் யார் யாருடைய கால்களையெல்லாம் பிடிக்க வேண்டியிருக்கும் என்பது அவர்களுக்குத் தெரியாது போலும்.

வகுப்பறையில் நாங்கள் அறுபது பேர் இருக்கிறோம். முதுகலை வகுப்பில் இவ்வளவு பேர் இருப்பார்கள் என்று நான் அறிந்திருக்கவேயில்லை. எனது காதலனான மைக்கேல் அதை 'பொதுவான நற்பேறு' என்கிறான். எனது வகுப்புத் தோழர்கள் பல

வயதுகளில் இருக்கிறார்கள். சிலர் இருபதுகளின் தொடக்கத்தில் இருக்கிறார்கள். ஆண்களில் பெரும்பாலானோர் அறுபதுகளில் இருக்கிறார்கள். இந்த வயதில் படிப்பதை ஆடம்பரமாகக் கருதுபவர்கள் அவர்கள்தான். நான் திரு. அரசாங்கம் என்று அழைக்கும் ஒரு நபர் இருக்கிறார். அவரைப் பொறுத்தவரையில் அனைத்தும் இலவசமானதும், நேர்மையானதுமான நாட்டில் நாங்கள் வாழ்ந்து கொண்டிருக்கிறோம். தெருவில் படுத்துறங்குவதற்காக தினமும் பத்து கிலோமீற்றர் தூரம் நடக்கும் சிறுவர்களைப் பற்றி அவருக்குத் தெரியவில்லை. அரசின் பாதுகாப்பான வீடுகள் திட்டம் குறித்த எதிர்ப்புகளை அவர் கேள்விப்பட்டதேயில்லை. நாங்கள் வாழும் உலகத்தில் மனித நேயம் குறித்து மக்கள் இவ்வாறு அலட்சியமாக இருப்பது எனக்கு வியப்பை அளிக்கிறது. மனித உரிமை மீறல்கள் குறித்து நாங்கள் வகுப்பறையில் கலந்துரையாடும் போதெல்லாம் அவர் தனது கையை உயர்த்தி தடுக்கப் பார்ப்பார். அவரைப் பொறுத்தவரையில் அவையெல்லாம் தீர்க்கப்பட முடியாத பிரச்சினைகள். ஆகவே கம்பாலாவில் எழுந்திருக்கும் புதிய கட்டடங்களைப் பற்றியும், ஒவ்வொரு இரவிலும் மக்கள் வறுத்த கோழியை உண்டு, பீர் அருந்தும் அளவுக்கு வசதி ஏற்பட்டிருப்பதைப் பற்றியும் பேச வேண்டுமே ஒழிய, நகரத்திலுள்ள படுகுழிகள் பற்றிப் பேசக் கூடாது. திரு. அரசாங்கம் ஒவ்வொரு நாளும் இதையேதான் முணுமுணுத்துக் கொண்டிருப்பதாகத் தெரிகிறது.

திரு. அரசாங்கம் ஒரு இராணுவ வீரர் என்பதை நான் பின்னர்தான் அறிந்தேன். அவர் தவறான இடத்தில்தானே இருக்கிறார் என்று எனக்கு ஒரே வியப்பாக இருக்கிறது.

ஒவ்வொரு நாளும் நான் பல்கலைக்கழகத்தின் தாழ்வாரங்களில் நடக்கிறேன். நாமிருவரும் கைகளைக் கோர்த்துக் கொண்டு நடந்ததெல்லாம் எனக்கு ஞாபகம் வருகிறது. எழுத்தாளர் கூகி வா

தியாங்கோ நடந்த அதே தாழ்வாரங்களில் நடந்திருக்கிறோம். ஆமாம். எமது பல்கலைக்கழகக் கனவு நிறைவேறியிருக்கிறது. நாங்கள் கடைசியில் மாகேரேரே பல்கலைக்கழகத்தை அடைந்தோம். காற்றிலும் எம்மால் பல்கலைக்கழகத்தின் வாசனையை உணர முடிந்தது. எமது கைகளை நீட்டி அதைத் தொடவும் முயன்றோம். இதே தாழ்வாரங்களில்தான் குற்றவாளிகள் அப்பாவிகளைத் தாக்கினார்கள் என்றாய் நீ. இதே தாழ்வாரங்களில்தான் விரிவுரையாளர்கள், இளம்பெண்களை அவதானித்துக் குறித்துக் கொள்கிறார்கள் என்றும், பின்னர் அவர்களைத் தமது அலுவலக அறைக்குள் வைத்து வல்லுறவுக்குள்ளாக்குவார்கள் என்றும் சொன்னாய். நான் நீ சொன்னதை அப்போது நம்பவில்லை.

விரிவுரையாளர்கள் என்னைச் சித்தியடையச் செய்வது குறித்து எனக்கு கவலையேதுமில்லை. முதுகலைப் படிப்பின் போது அவர்கள் உன்னுடன் கைகளைக் குலுக்குவார்கள். உனது தோள்களில் அறிவார்ந்த தலையொன்றைத்தான் சுமந்து கொண்டிருப்பாய் என்பதை அவர்கள் அறிவார்கள். பெரும்பாலான நேரங்களில் அவர்கள் விலகியே இருப்பார்கள். அவர்களது மனைவிமாரிடம் தினந்தோறும் இரவில் அடி வாங்குவதைப் போல தலை குனிந்தே அவர்கள் நடப்பார்கள். கவனிக்கவும். கணவன்மாரிடமல்ல, மனைவிமாரிடம். பெரும்பாலான விரிவுரையாளர்களுக்கு மனைவிமார் இருக்கிறார்கள். அவர்கள் ஓரினச்சேர்க்கையாளர்கள் என்று நான் சொல்லவில்லை. அதாவது மாகேரேரே பல்கலைக்கழகம் என்பது பாலின உணர்வற்ற ஒரு இடம் என்கிறேன். இது, பெண் விரிவுரையாளர்கள் எத்தனை பேர் இருக்கிறார்கள் என்பதைக் கணக்கிட்டுப் பார்ப்பதற்கு உனக்கு கால்விரல்கள் தேவைப்படாத இடம்.

சன்ஷைன், இப்போது நீ உயிருடன் இருந்திருந்தால், பேராசிரியர் அந்தாமா காலமாகி விட்டதை அறிந்திருந்திருப்பாய். அவர் கடந்த வருடம் காலமானார். ஆபிரிக்க மாடலழகிப் போட்டியில் ஒரு போதும் கலந்து கொள்ளாத, ஆனால் மேலும் மேலும் ஒல்லியாகும் ஆசையில் பட்டினி கிடக்கும் ஒல்லிப் பெண்ணான லாரா இந்தத் தகவலை என்னிடம் தெரிவித்தாள். நீ, நூறு அஸ்பிரின் மாத்திரைகளைக் குடித்ததன் பிறகு அவர் நெடுநாள் உயிர் வாழவேயில்லை. தமது பாலியல் சக்தியை அதிகரிப்பதற்காக மூலிகைகளைச் சாப்பிடுபவர்களில் அவரும் ஒருவர். வகுப்பில் உள்ள மாணவிகளுடன் தனது பாலியல் சக்தி பற்றி அவர் பெருமை பேசி வந்தார். இந்தப் பல்கலைக்கழகமே அவரைத்தான் சார்ந்திருக்கிறது என்றார். பல்கலைக்கழகத்திலிருந்த மிகச் சிறந்த விரிவுரையாளர்களில் அவரும் ஒருவர். அவர் தனது குறிப்புகளைப் பார்க்காமல், அவற்றைப் பற்றிக் குறிப்பிடாமலேயே விரிவுரையாற்றி வந்தார். அவரது வசீகரத்தில் நீ மயங்கி விட்டிருந்தாய். அவர் அப்படித்தான் சொன்னார். அதனால், அவர் என்ன வேண்டுமானாலும் செய்யலாம், பல்கலைக்கழக நிர்வாகம் அவரை ஒருபோதும் பதவி நீக்கம் செய்யாது என்றெல்லாம் சொன்னார். அவர் சொன்னது சரிதான். இயற்கை அவரைத் தன்னிடம் அழைத்துக் கொள்ளும்வரை அவர் மாணவிகளை இரையாக்கிக் கொண்டேயிருந்தார். அவர் இறந்ததில் எனக்கு மகிழ்ச்சி இல்லை. ஆனால் இனி அவரால் வெறித்தனமாக எயிட்ஸைப் பரப்ப முடியாது என்பதை அறியக் கிடைத்தது எனக்கு மகிழ்ச்சியைத் தருகிறது.

சாம் போன்ற கழிவறைகளை சுத்தம் செய்யும் புத்திசாலித்தனமான இளைஞர்கள் இருக்கும்போது பல்கலைக்கழகம் ஏன் இவ்வாறான விரிவுரையாளர்களை இன்னும் வைத்திருக்கிறது என்று நீ தொடர்ந்து

கேட்டுக் கொண்டேயிருந்தாய். உனக்கு ஒருபோதும் பதில் கிடைக்கவேயில்லை. எனக்கும்தான்.

பேராசிரியர் அந்தாமா, அவரது வழமையான தந்திரமான 'உங்களுடைய பாட அறிக்கைகளை உங்களிடம் தனியாக ஒப்படைக்கிறேன்' என்று வகுப்பறையில் கூறிய வேளையில் உன்னை அவதானித்ததை நான் நினைத்துப் பார்க்கிறேன். அவர் உனது பெயரைக் கூறி அழைத்தார். உனது உளவியல் அறிக்கையைப் பெற்றுக் கொள்ள நீ அவரிடம் சென்றதும் அவர் தலையசைத்ததைக் கண்டேன். பின்னர் கண்ணடித்தார். புன்னகைத்தார். அவர் உன்னைத் தனது அடுத்த இரையாகக் கண்டார். அப்போதிலிருந்து அவருக்கு அவரது அலுவலக அறையில் எப்போதும் நீ வேண்டும். அவருடைய பாடநெறியில் நீ எவ்வளவுதான் பாடுபட்டுப் படித்தாலும் உனக்கு பதினைந்து புள்ளிகளுக்கு மேல் கிடைக்கவேயில்லை. நீ அவருடன் அருஆ நகரத்துக்கு வந்தால், அவர் உன்னை மேற்பார்வை செய்து உனக்கு 'ஏ' எனும் அதியுயர் தரத்தில் புள்ளிகளை அளிப்பதாக உன்னிடம் வாக்குறுதி அளித்தார். அவர் உன்னை உள்ளங்கையில் வைத்துத் தாங்கினார். எனது அறிவுரைகள் உன்னிடத்தில் பலனளிக்கவேயில்லை. அவர் எவ்வாறான விரிவுரையாளர் என்பதை நீ அறிந்திருந்தாய். 'அவர் எனது தலையில் துப்பாக்கியை வைத்து அச்சுறுத்தினாலும் எனது கால்களிடையே அவரை நெருங்க விட மாட்டேன்' என்றெல்லாம் நீயும் சொல்லிக் கொண்டுதான் இருந்தாய். பாதுகாப்பற்ற முறையில் அவருடன் உடலுறவு கொள்ள அவர் உன்னை பலவந்தப்படுத்தப் போவதை நீ அறிந்திருக்கவில்லை. அன்று, நீ நீயாக இருக்கவில்லை. நானறியாத யாரோவாக ஆகி விட்டிருந்தாய். உனது பழைய சுயத்தைத் தொலைத்து விட்டிருந்தாய். உனது புதிய சுயம் எந்த நட்புகளையும் கொண்டிருக்கவில்லை. நீ அதிகம்

பேசவில்லை. உன்னைப் பீடித்திருந்த ஆவியை பேராசிரியர் அந்தாமா கொன்று போட்டு விட்டதாக மைக்கேல் சொன்னான். நான் அவனை நம்பினேன். உனது ஆவி இறந்து விட்டிருந்தது. ஒரு வெற்றுக் கோதாக நீ ஆகி விட்டிருந்தாய். நீ வழமையாகச் சென்று வந்த ஞாயிறு பிரார்த்தனைகளும் ஒருபோதும் உனது உயிரைக் காப்பாற்றவேயில்லை.

நான் நகரத்தில் வைத்து சாமை சந்தித்தேன். சோர்வாக இருந்தான். வீணாகிப் போயிருந்தான். அவன் உன்னை ஏமாற்றினான். ஆனால் நீ ஒருபோதும் அவன் மீது நம்பிக்கை இழக்கவேயில்லை. வேறொரு பெண்ணுக்காக சாம் உன்னைக் கை விட்ட வேளையில் நீ எவ்வாறு துயருற்றாய் என்பதை உன்னால் வெளியே சொல்லவே முடியவில்லை. 'அவன் திரும்பி வருவான்' என்று நீ எப்போதும் சொல்லிக் கொண்டிருந்தாய். அவனை ஒவ்வொரு நாளும் ஒவ்வொரு பெண்ணோடு நீ கண்டாய். ஒவ்வொரு பையனுக்கும் இரண்டு மணி நேரத்துக்கு ஒரு காதலியைப் பெற்றுக் கொள்ள முடியுமான இடம்தான் பல்கலைக்கழகம் என்று நீ சொன்னாய். சாம் முன்பே செய்து கொண்டிருந்ததைத்தான் செய்தான். உனது ஆழ்மனதில் நீ வலியோடு இருந்ததை நான் அறிவேன். அவன் உனது இதயத்தில் ஆழமாக வேரூன்றியிருந்தான் என்பதையும் நான் அறிவேன்.

இரத்த வங்கி, மாணவர்களிடம் இரத்த தானம் கோரி வராத ஒரே இடம் பல்கலைக்கழகம்தான் என்று நீ கூறினாய். ஒரு தடவை அவ்வாறு அவர்கள் பல்கலைக்கழகத்துக்கு இரத்த தானத்துக்காக வந்ததாகவும், அனைத்து அறிவித்தல் பலகைகளிலும், மரங்களிலும் அதன் விளம்பரங்கள் ஒட்டப்பட்டிருந்ததாகவும் நீ கூறினாய். மாணவர்களும் மிகுந்த ஆர்வத்தோடு தமது குருதியை தானம் செய்தார்கள். இவ்வாறு பல உயிர்களைக் காப்பாற்ற மாணவர்கள் முன்வந்தார்கள்தான்.

ஆனால் இரத்த வங்கி உறுப்பினர்கள், அந்தக் குருதிகளில் அவதானித்த ஒரு விடயம் அவர்களை உடனடியாக அனைத்தையும் எடுத்துக் கொண்டு கிளம்பச் செய்ததோடு அவர்கள் மீண்டும் திரும்பி வரவேயில்லை. பல்கலைக்கழகத்தில் லுமும்பா, மேரி ஸ்டூவர்ட் மண்டபங்களில் இருந்த மாணவர்கள்தான் அதிகமாக எயிட்ஸால் பாதிக்கப்பட்டிருந்தார்கள். நகரத்தில் சூதாட்டக்காரர்களும், வேலையற்றவர்களும் ஒரு கொக்கோ கோலாவுக்காகவும், பிஸ்கட்டுக்காகவும் இரத்த தானம் செய்வதால் இரத்த வங்கியாளர்கள் இப்போது வளமாகத்தான் இருக்கிறார்கள்.

சன்ஷைன், நீ அருஆ நகரத்திலிருந்து திரும்பியதன் பிறகு என்னை உனது வாழ்வில் மீண்டும் நெருங்க விடவேயில்லை. எனது முயற்சிகளெல்லாம் வீணாகின. என்னால் உன்னைப் புரிந்து கொள்ள முடியாது என்றே கூறிக் கொண்டிருந்தாய். என்னால் எந்தளவு உன்னைப் புரிந்து கொள்ள முடியும் என்பதை நீ அறிந்து கொள்ளவேயில்லை. எது உன்னை அஸ்பிரின் மாத்திரைகளைக் குடிக்கத் தூண்டியது என்பது மாத்திரம்தான் எனக்குத் தெரியாமலிருந்தது. எனது பெயருக்கு நீ எழுதி வைத்திருந்த கடிதத்தில் 'இனி எவ்வாறு எனது அம்மாவின் முகத்தில் விழிப்பேன்?' என்று எழுதியிருந்தாய். உனது தாய். உன்னைப் போற்றி வணங்கி வந்தவள். கஞ்சி தயாரித்து விற்று உனது பாடசாலைக் கட்டணங்களைச் செலுத்தியவள்.

உனது உயிரற்ற சடலத்தைக் கண்டதும், அவளது முகம் வாடிய விதத்தை நீ கண்டிருந்தால் ஒருபோதும் நீ தற்கொலை செய்து கொள்ளத் துணிந்திருக்க மாட்டாய். அவள் அழுது புலம்பினாள். உனது பெயரைச் சொல்லி அரற்றிக் கொண்டேயிருந்தாள். சேற்றில் புரண்டழுதாள். ஆனாலும் நீ அமைதியாகவேயிருந்தாய். நீ போனதன்

பிறகு மகளின் படிப்புக்காக வீணாகப் பணத்தைச் செலவழித்ததாக உனது ஊரார் அவளைத்தான் பழி சொன்னார்கள்.

சன்ஷைன், நீ திரும்பி வந்திருப்பது போல இரவு ஒரு கனவு கண்டேன். நீ என்னை இகழ்ந்து கொண்டிருந்தாய். நானொரு நல்ல தோழியில்லை என்று கூறி என்னை ஏளனம் செய்து கொண்டிருந்தாய். ஒரு கணம் நீ உயிரோடு இருப்பதில் நான் மகிழ்ந்து போனேன். உன்னை மீண்டும் பார்க்க முடிந்ததிலும், உனது குரலைக் கேட்க முடிந்ததிலும் மிகுந்த மகிழ்ச்சியடைந்தேன். உன்னை அணைத்துக் கொள்ள முயன்றேன். ஆனால் நீ போய் விட்டிருந்தாய். நீ எங்காவது இருப்பாய் என்றும், திரும்பி வருவாய் என்றும் சில வேளைகளில் எனக்குத் தோன்றுகிறது. உனது நினைவுகளுடனேயே எப்போதும் ஒட்டிக் கொண்டிருக்கிறேன்.

நீ அவசரப்பட்டு உயிரை விட்டு விட்டாய் என்று எப்போதும் நான் உன்னிடம் சொல்ல விரும்பினேன். உனது வாழ்க்கையை நீடிக்கச் செய்வதற்காக நான் உன்னுடன் கதைத்திருக்கலாம். நீ உனது வாழ்க்கையை அனுபவித்தாய்தான். ஆனால் அந்த 23 வயதில் இந்த உலகத்துக்கு இன்னும் பல சேவைகளை நீ செய்திருக்கலாம். எயிட்ஸ் பாதித்திருந்த உனது அத்தை க்ளோரியா அனுபவித்த அவஸ்தைகளையெல்லாம் அனுபவிக்க நீ விரும்பவில்லை என்று நீ கூறியிருந்தாய். படுக்கையில் விழித்தெழும் போது பக்கவாதம் தாக்கியவளாகவோ, பார்வையிழந்தவளாகவோ இருக்க நீ விரும்பவில்லை. ஆனால் எயிட்ஸ் நோய்க்கான அதீங சிகிச்சைகளின் மூலம் நீ வெகுகாலம் வாழ்ந்திருக்கலாம். அது வாழ்க்கைக்கு புத்துணர்வூட்டும் சிகிச்சை. இப்போது மருத்துவமனைகள் மாணவர்களுக்கு இலவசமாகவே அந்த சிகிச்சையை வழங்குகின்றன.

உனது அகம்பாவம்தான் உன்னிடமிருந்து சிறந்ததை எடுத்துக் கொண்டது என்பதை நான் அறிவேன்.

சன்ஷைன், எனது விரிவுரையாளர் மதுபோதையில் வகுப்புக்கு வந்தார். எனக்கு எப்படித் தெரியும் என்று நீ கேட்கலாம். அவரிடமிருந்து பழைய பீரின் வாசனை அடித்தது. அவர் வகுப்பில் தள்ளாடிக் கொண்டேயிருந்தார். எனது வகுப்பறையில் எனக்கு முன்பாக. ஆமாம். மாலை நேர வகுப்புகள் மாணவர்களுக்குத்தான் நல்லதே ஒழிய விரிவுரையாளர்களுக்கல்ல. அவர்கள் மதுபானசாலைகளில் பீர் அருந்தும் நேரம் அது. அவர்களது கடின உழைப்புக்கான பலனை அனுபவிக்கும் நேரம். மனைவிமாரின் வாயை மூட மணித்தியாலத்துக்கு இவ்வளவு என்று ஊதியம் பெற்றுக் கொண்டு வகுப்பறையில் மதுபோதையில் தள்ளாடிக் கொண்டிருக்கிறார்கள். எங்களுக்கு வகுப்பு இல்லையென்றால் அந்நேரத்தில் மாணவர்கள் என்ன செய்ய வேண்டும் என்று அவர்கள்தான் வழிகாட்ட வேண்டும், இல்லையா? குடிப்பதற்கு, வகுப்பு முடியும் வரைக்கும் அவர்களால் காத்திருக்க முடியாதா?

எம்மை வீட்டுக்கு அனுப்புவதையும் அவர் விரும்பவில்லை. ஏதோ வாயில் மோசமான சுவையை உணர்வது போல ஒவ்வொரு வார்த்தையாக துப்பிக் கொண்டிருந்தார். வெகுநேரம் அவரால் வகுப்பில் நின்று கொண்டிருக்க முடியவில்லை. ஐந்து நிமிடம் எதையோ உளறி விட்டு அடுத்த நிமிடமே வகுப்புக்கு இடைவேளை தந்து விட்டார். இவ்வாறாக இரண்டு மணித்தியால வகுப்பில் ஒவ்வொன்றும் நாற்பத்தைந்து நிமிட இடைவேளைகளாக இரண்டு இடைவெளிகள் எமக்கு வழங்கப்பட்டன.

வழமையாக தனது விரிவுரை நேரத்துக்கு ஒழுங்காக வருகை தந்து விரிவுரையாற்றிச் செல்லும் ஒருவராக இருந்திருந்தால், நான் அவரை மன்னித்திருப்பேன். ஆனால் இந்த விரிவுரையாளரோ நீ தாழ்வாரத்தில் சந்தித்த ஒருவர். எப்போதும் விரிவுரைகளுக்கு வருவதாக வாக்குறுதி அளித்து விட்டு வராமலே இருப்பவர். எப்போதும் தனக்கு உடம்பு சரியில்லை, உறவினர் ஒருவர் இறந்து விட்டார் என்றெல்லாம் சாட்டு சொல்லிக் கொண்டிருப்பவர். அநேகமான மாணவர்கள் அவரை எதிர்த்து ஒரு வார்த்தை கூட பேசுவதில்லை. அவர் குடித்து விட்டு ஆடுவதை நாங்கள் எப்போதும் கண்டிருக்கிறோம். கற்பதற்கு ஆர்வமாக உள்ள எமது முகங்களில் ஒருபோதும் வெறுப்பினை அவர் கண்டிருக்க மாட்டார்.

சன்ஷைன், அகோலி இனத்தவளாக இருப்பது இறைவன் எமக்களித்த வரம் என்றுநீ சொல்வாய். நான் இன்று வரை நன்றாகத்தான் இருந்தேன். மைக்கேலின் தாய் என்னுடன் கதைக்க மறுத்து விட்டாள். எனது தவறா? நான் வடக்கைச் சேர்ந்தவள். நீ ஒருபோதும் அங்கிருந்து வந்தவள் என்று சொல்லக் கூடாத அளவுக்கு மோசமான பகுதி அது என்கிறார்கள். ஒன்று நீ புகண்டா ராஜ்ஜியத்தைச் சேர்ந்தவள் என்று சொல்ல வேண்டும். உகாண்டா தேசத்தவர்களாக இருப்பதுவே போதும் என்று நாங்கள் கருதியிருந்தது உனக்கு நினைவிருக்கிறதா? உகாண்டாவில் எந்தப் பழங்குடியினராகவும் நாங்கள் தேர்ச்சி பெற முடியும் என்று வியந்து போயிருந்தோம், இல்லையா? உயரமாகவும், அழகிய நீண்ட கழுத்துகளையும், இரண்டு கன்னங்களிலும் ஆழமான கன்னக்குழிகளையும் கொண்டிருந்தால் போதும் என்று நினைத்தோம். அதுதானே ஆபிரிக்காவில் அழகு என்பதற்கு வரைவிலக்கணம். நான் அவர்களுடன் அகோலி மொழியை விடவும் நன்றாக லுகண்டா மொழியில் பேசினேன். நெஞ்செரிச்சலைத் தந்தாலும் அவர்கள் சமைத்த பச்சை வாழைக்காயைச் சாப்பிட்டேன்.

'மைக்கேல் இனிமேல் இந்த வீட்டுக்கு இந்தக் காட்டுமிராண்டிச் சிறுக்கியைக் கூட்டிக் கொண்டு வராதே.'

'சரிம்மா' என்றான் அவன்.

டமார்! எனது தலைவிதி முடிவு செய்யப்பட்டாயிற்று. இங்கு பல்கலைக்கழகம் கூட ஒருவரையொருவர் பாகுபாடு காட்ட கற்றுக் கொடுக்கிறது. அகோலி மாகேரேரே சங்கம்! வாழைப்பழம் சாப்பிடுபவர்கள் சங்கம்! கென்யா மாணவர் சங்கம்! தான்ஸானியா மாணவர் சங்கம்! பன்றி இறைச்சி சாப்பிடுபவர்கள் சங்கம்! புசியா நகரத்தவர் சங்கம்! என் வாழ்நாள் முழுவதும் எனக்கும், மற்றவர்களுக்கும் இடையே உள்ள வேறுபாட்டை இவ்வாறு அறிந்து கொண்டேயிருப்பேன். ஏதோ நாங்கள் ஒருவருக்கொருவர் வித்தியாசமானவர்களாக இருப்பது போல. இரத்தம் நிறைந்த தடாகத்தில் நான் சுழல்கிறேன். இன்னொருவருக்கு இரண்டு இடது கால்கள் இருக்கின்றன. நாசமாப் போக!

நான் எனது முகத்தை கண்ணாடியில் கூர்ந்து பார்த்தேன். எது தவறாகிப் போனது என்று பார்க்க வேண்டும். ஆமாம். மைக்கேலுக்குப் பொருத்தமற்றவளாக அவனை விடவும் மிகவும் கருப்பாக இருக்கிறேன்.

"அவளின் பின்னணி?"

"ஆமாம் பின்னணி!"

"அவள் ஆளையாள் கொலை செய்து கொள்ளும், சிறுவர்களையும் கொலை செய்யக் கட்டாயப்படுத்தும் பழங்குடி இனத்தைச் சேர்ந்தவள்."

"ஓஹ்! அவள் பகலுணவுக்கு குழந்தைகளின் நர மாமிசத்தையும் பரிமாறக் கூடும். குடும்பப் பின்னணி?"

''குடும்பத்தினர் அனைவரும் போரினால் பாதிக்கப்பட்டவர்கள்.''

''ஓஹ்! அவர்கள் உலக உணவுத் திட்டம் வழங்கும் உணவின் தயவில்தான் வாழ்ந்து வருகிறார்கள்.''

எனது எல்லா கடினப் பிரயத்தனங்களாலோ, பட்டப் படிப்பாலோ, ஃபேர் அண்ட் லவ்லி சிவப்பழகு கிரீமாலோ எனது பாவங்களைக் கழுவி அகற்ற முடியாது. எனது அன்பிற்குரிய சன்ஷைனே, நானும் உன்னைத் தொடர்ந்து பூமிக்கு ஏழு அடி கீழே வந்திருக்க வேண்டும் என்று விரும்புகிறேன்.

எமது அடுத்த அரையாண்டில் மனித இன நலக் கோட்பாடு தொடர்பான கற்கைக்கு பேராசிரியர் ஓக்வி எனது பேராசிரியராக இருப்பார் என்பதை இப்போதுதான் நான் அறிந்து கொண்டேன். நான் ஆவலோடு எதிர்பார்த்திருக்கும் விடயம் அது. இளங்கலை படிக்கும் காலத்தில் எமது விரிவுரையாளராக இருந்தவரை உனக்கு நினைவிருக்கிறதா? ஐம்பத்தாறு வயதுக்கு மேல் எந்த மாணவரும் தகுதியற்றவர் என்று கூறியவர். ஆமாம். அவர்தான் எனது அடுத்த அரையாண்டில் எனக்கு விரிவுரையாளராக இருக்கப் போகிறார். எனது வாழ்க்கைக்கு எது நல்லதென்று எனக்குத் தெரியும். நல்ல வாழ்க்கைக்காக நான் பாடுபடுவேன். தனது விடைத்தாளுக்கு புள்ளியாக 'ஏ', 'பீ' அல்லாமல் 'சீ' புள்ளியை பெற்றுக் கொள்ள யார்தான் விரும்புவார்கள்? இப்போது மாத்திரமல்ல, எப்போதும்.

தனது வேலையை மாணவர்கள் பொறுப்பேற்பதைத் தான் விரும்புவதில்லை என்று அமூதி கூறுகிறார். அவரைப் பொறுத்தவரையில் யாரும் அவரது துறையில் தகுதி பெற்றிருக்கக் கூடாது. நான் எனது அதிர்ஷ்டத்தை வேறு இடங்களில் முயற்சித்துப் பார்ப்பேன்.

சன்ஷைன் நாளுக்கு நாள் நான் உன்னுடன் நெருக்கமாவதாக உணர்கிறேன். உனக்கு எழுதுவது தவறானதல்ல என்று நான் கருதுகிறேன். ஒவ்வொரு நாளும் காலை வேளையில் நான் கண்விழிக்கும்போது எனது வாழ்க்கையில் நடந்து கொண்டிருக்கும் அனைத்தையும் நீ அறிவாய் என்ற எண்ணமே எனது வாழ்க்கையை முன்னெடுக்க என்னைத் தூண்டும். என்னருகில் நீ இருந்தால், வாழ்க்கையில் என்னால் முடிந்தளவு உயரத்துக்கு நான் செல்வேன் என்பது எனக்குத் தெரியும்.

வீட்டுத் தலைவர்

இந்தக் கதை என்னை மீண்டும் எனது அலோகொலும் கிராமத்துக்கு அழைத்துச் செல்லும். அந்தக் காலத்தில் அலோகொலும் கிராமத்தில் எனது அப்பாவுக்குச் சொந்தமாக இருந்த காணி, போர் காரணமாக புலம்பெயர்ந்து வந்த ஆயிரக்கணக்கான மக்களுக்கு புகலிடமாக மாறியிருந்தது. நாங்கள் எங்கள் வீட்டில் வசித்த காலத்தில், எங்கள் காணியில் விவசாயம் செய்தோம். கிணற்றில் இருந்து தண்ணீர் எடுத்தோம். விறகு வெட்டிச் சேகரித்தோம். மாலை வேளைகளில் தீ மூட்டி சுற்றி வர இருந்து கதைகளைப் பரிமாறிக் கொண்டோம். அந்தக் காலத்தில் அகோலி முழுவதும் ஒரு குடும்பமாகவே இருந்தது. நாங்கள் கீரைகளையும், காய்கறிகளையும் அயலவர்களுடன் பகிர்ந்து கொண்டோம். கிராமத்தவர்களின் உதவியோடு விவசாயம் செய்து வந்தோம். வேறு கிராமத்தைச் சேர்ந்தவர்களையும் சகோதரரே என்றுதான் அழைத்தோம். அவையனைத்தும் இப்போது மாறி விட்டது. அலோகொலும் கிராமம் இப்போது இரும்புத் தகடு வீடுகளால் நிரம்பி மக்கள் அவற்றின் ஜன்னலினூடேதான் வெளியே எட்டிப் பார்க்கிறார்கள். வரவேற்பு என்பது இறந்த காலத்தின் ஒரு அம்சமாக மாறி விட்டிருக்கிறது. கிராமத்தவர்கள் ஒருவரையொருவர் சந்தேகித்தவாறுதான் நடக்கிறார்கள். இப்போது நாங்கள் கறுப்புச் சந்தையைப் பற்றித்தான் பேசிக் கொள்கிறோம். பணம் சம்பாதிப்பது

எப்படி என்று விசாரிக்கிறோமே தவிர குடும்பத்தினர் எப்படியிருக்கிறார்கள் என்று விசாரிப்பதேயில்லை.

இந்தக் கதை உன்னைப் பற்றியது, லுகுல். உனது கதை கேட்கத் தகுதியானது என்பதால்தான் சொல்லிக் கொண்டிருக்கிறேன். பலர் உன்னைப் பற்றிக் கதைத்திருக்கிறார்கள்தான். ஆனால் அவர்கள் உனது கதையை மரித்தவர்களுடன் சேர்த்து புதைக்க அனுமதிக்கிறார்கள். தீயைச் சுற்றி அமர்ந்திருந்து பரம்பரை பரம்பரையாகச் சொல்லப்படும் கதைகளைப் போன்றதல்ல உனது கதை. ஆனால் கட்டாயம் சொல்லப்பட வேண்டிய கதை. அதனால் தீயின் அருகில் நான் இல்லாத போதும் அந்தக் கதையைச் சொல்கிறேன். இப்போதெல்லாம் நாங்கள் தீயைச் சுற்றி அமர்ந்திருந்து கதைகள் சொல்வதேயில்லை. அத்தோடு, இப்போது நான் ஒரு காலத்தில் எனது வீடு என்று அழைத்த இடத்திலிருந்து முந்நூறு கிலோமீற்றர்கள் தொலைவிலுள்ள கம்பாலாவில் வசிக்கிறேன். வருடத்திற்கு ஒரு தடவைதான் அலோகொலும் கிராமத்துக்கு வருகிறேன். வந்து நான் நேசித்த மனிதர்களின் கல்லறைகளைத் தரிசிப்பேன். அப்போதெல்லாம் எனது கண்களிலிருந்து கண்ணீர் ஓயாது வழிந்து கொண்டேயிருக்கும். எனக்கு அவர்களது கதைகள் அனைத்தும் நினைவிருக்கின்றன என்பதுதான் காரணம். அவை எனக்குத் தரும் வலிகளின் காரணமாக நான் அவை பற்றி ஒருபோதும் பேசவே மாட்டேன். ஆனால் உனது கதையை நான் சொல்வேன். உன்னால் உனது கதையை ஒருபோதும் சொல்ல முடியாது என்பதால் உனது கதையை வேறொருவர்தான் சொல்ல வேண்டியிருக்கிறது. நீ என்ன செய்து கொண்டிருந்தாய் என்பதை எல்லோரும் கவனித்துக் கொண்டுதான் இருந்தார்கள். நீதான் ஒருபோதும் உனது கதையைச் சொல்லவேயில்லை. உனது கதையின் முடிவில் என்ன படிப்பினை இருக்கிறது என்ற யோசனை சில நேரங்களில் என்னையே வியப்பில் ஆழ்த்துகிறது.

நீ எந்தக் கிராமத்திலிருந்து வந்தாய் என்று யாருக்கும் தெரியவில்லை. ஆனால் எல்லோரும் உன்னை சகோதரன் என்று அழைத்தார்கள். சிலர் நீ பமின்யாய் கிராமத்தைச் சேர்ந்தவன் என்று கூறிய போதிலும் எவருமே அதை உறுதிப்படுத்தவில்லை. 'லுகுல் ஒரு பைத்தியக்காரன்' என்றார்கள் சிலர். இன்னும் சிலர் நீ பேய் பிடித்தவன் என்றார்கள். நீ எங்கிருந்து வந்தாய் என்றோ, எதற்காக அலொகோலும் கிராமத்துக்கு வந்தாய் என்றோ நீ எவரிடமும் கூறவேயில்லை. நான் உன்னை பகலில் மாத்திரம்தான் கண்டிருக்கிறேனே தவிர இரவை நீ எங்கே கழித்தாய் என்பதை அறிந்து கொள்ளவேயில்லை. உனக்குச் சொந்தமாக ஒரு வீடிருக்கவில்லை என்றாலும் எல்லோரும் உன்னைத் தமது வீடுகளுக்கு வரவேற்றார்கள். நீ அனைவரது வீடுகளிலும் ஒரு அங்கமாக மாறி விட்டிருந்தாய். எனது தாயின் குடிசைதான் நீ அதிகமாக உணவருந்திய இடமாக இருந்தது.

உன்னை சிறுவர்களிடம் நெருங்க விடக் கூடாதென்றும், நீ அவர்களுக்கு சமைக்கக் கற்றுக் கொடுத்து விடுவாய் என்றும் எனது தந்தை எச்சரித்தார். சமைக்கும்போது எழும் தீ உனது ஆணுறுப்பை எரித்து விடும் என்பதை நீ அறிந்திருக்கவில்லை. யார் என்ன சொன்னாலும் அவை எவையும், உனக்குப் பிடித்ததை நீ செய்வதை விட்டும் உன்னைத் தடுத்து விடவில்லை. யார் கேட்டுக் கொண்டாலும் தண்ணீர் எடுத்து வருவதையும், விறகு சேகரித்துக் கொண்டு வருவதையும் நீ செய்து கொடுத்தாய். பெண்கள் உன்னை நேசித்தார்கள். தனது களஞ்சியத்தில் தானியங்கள் இல்லாதிருந்த பெண்ணான ரெஜினா உன்னை உதவிக்காக தினந்தோறும் அழைத்து வந்தாள். நாளின் முடிவில் உனக்குக் கூலியாக அவள் உணவேதும் தருவதில்லை என்பதை விரைவில் உணர்ந்து கொண்டாய். ஆகவே நீ ஏனைய வீடுகளுக்கும் செல்ல நேர்ந்தது.

ரெஜினா ஒழுக்கமில்லாதவள் என்றும், அவள் உன்னை விரைவில் தன்னுடைய கணவனாக ஆக்கிக் கொள்வாள் என்றும் சிலர்

கூறினார்கள். ஆணுறுப்பு இருப்பதால் மட்டுமே ஒருவன் ஆணாக முடியாது என்று மற்றவர்கள் கூறினார்கள். அதன் அர்த்தம் என்னவென்று ஒருபோதும் எனக்கு விளங்கவேயில்லை. இப்போதும் நான் அதன் அர்த்தம் என்னவென்று என்னையே கேட்டுக் கொண்டிருக்கிறேன்.

நீ மிகவும் இலகுவாக விறகைப் பிளப்பதைக் கண்டு எப்போதும் நான் வியந்தேன். 'அவன் ஒரு ஆம்பளை. அதனால் அவனுக்கு நிறைய சக்தி இருக்கிறது' என்று ஏனைய சிறுமிகள் சொல்வார்கள். அலொகோலும் கிராமத்திலுள்ள ஆண்கள் விறகு வெட்ட, நாங்கள் அதைச் சுமந்து செல்ல முடிந்தால் எவ்வளவு நன்றாக இருக்கும் என்று விரும்பினேன். விறகு வெட்டுவதுவும், அதைச் சுமந்து செல்வதுவும் பெண்களின் வேலையென்று போதிக்கப்பட்டிருப்பதால் ஆண்கள் ஒதுக்கி வைத்த வேலை அது. எனது தாய் எனது அண்ணனான ஒகெல்லோவிடம் தண்ணீர் எடுத்து வருமாறு கூட ஒருபோதும் கேட்டுக் கொண்டதில்லை. அதுவும் கூட பெண்களின் வேலையாகவே இருந்தது. ஆகவே நான் அதை அவனிடம் எதிர்பார்க்கவேயில்லை.

தினந்தோறும் குடம், குடமாக நீ தண்ணீரள்ளி வந்ததனால் கிணற்றுக்குச் செல்லும் வழியை நன்றாக அறிந்திருந்தாய். எனது தந்தையும் அவ்வாறான உதவிகளைச் செய்ய வேண்டும் என்பதே எனது தாயின் விருப்பமாக இருந்தபோதிலும், அது ஒரு கனவாகவே இருந்தது. கணவனது தேவைகள் அனைத்தையும் அவள்தான் பூர்த்தி செய்ய வேண்டும் என்று அவளது தாய் சொல்லிக் கொடுத்ததற்கு ஏற்பவே அவள் எப்போதும் நடந்து கொண்டாள். அந்தி வேளைகளில் எனது தந்தை ஏனைய ஆண்களுடன் சேர்ந்து கொண்டு நாட்டுச் சாராயத்தை அருந்திக் களிக்கும் நேரங்களில் எனது தாய் கடின உழைப்பில் ஈடுபட்டிருப்பதை நான் கண்டிருக்கிறேன். நாளின் முடிவில் எனது தந்தை தனக்கு மிகவும் உடல் சோர்வாக இருப்பதாக

முறையிடுவார். அம்மாவோ தனது உடல் சோர்வு குறித்து ஒரு வார்த்தை கூட முறையிட்டதில்லை.

நாங்கள் உணவருந்தத் தொடங்கும்போது எனது தாய் எப்போதும் உன்னையும் உணவருந்த அழைத்தாள். உனக்கும் வீடென்று அழைக்க ஒரு இடம் தேவை என்பதை அவள் அறிந்திருந்தாள். அவளுக்குத் தேவையான வேலைகளை நீ செய்து கொடுத்ததால் அவள் உன்னை உதவியாளன் என்று அழைத்து வந்தாள். உன்னைக் காணும் வரைக்கும் உன்னைத் தேடிக் கொண்டிருப்பேன். பிறகுதான் நாங்கள் சாப்பிடுவோம். ஒவ்வொரு உணவு வேளையின் பிறகும் நீ நன்றி தெரிவித்தாய். எனது தந்தை எனது தாய்க்கு ஒருபோதும் நன்றி தெரிவித்ததேயில்லை. அத்தோடு, நீ எனது தாயின் சமையலைப் பாராட்டுவதைக் கேட்கும்போது எமக்கு வேடிக்கையாக இருக்கும். எனது தந்தை எப்போதும் தாயின் சமையலில் உப்பைப் பற்றியோ, வேர்க்கடலை சட்னியைப் பற்றியோ குறை கூறிக் கொண்டேயிருப்பார். ஆனால் நீ ஒருபோதும் அவ்வாறு கூறியதில்லை.

எனது தாயின் அழுகை ஓலம் கேட்டு நீ எமது வீட்டுக்கு ஓடி வந்த நாள் எனக்கு நினைவிருக்கிறது. எனது தந்தைக்கு நாட்டுச் சாராயம் வாங்க வீட்டில் பணமில்லை என்று அவள் சொன்னதால் அவர், அவளைத் தாக்கிக் கொண்டிருந்தார். எனது பெற்றோருக்கிடையிலான சண்டையை நிறுத்த உதவுவதற்காக அன்று நீ ஓடி வந்தது எனக்கு மகிழ்ச்சியைத் தந்தது. நீதான் எமது கிராமத்தின் சமாதானத் தூதுவனாக இருந்தாய். எப்போதெல்லாம் ஒரு கணவனுக்கும், மனைவிக்குமிடையே சண்டை வருகிறதோ அப்போதெல்லாம் நீ அந்தப் பெண்ணைக் காப்பாற்றி உதவ ஓடி வருபவனாக இருந்தாய். நீ ஏன் அவ்வாறு உதவத் தீர்மானித்தாய் என்று எனக்குத் தெரியவில்லை. ஆனால் நிறையப் பெண்கள் உனக்கு நன்றிக்கடன் பட்டிருக்கிறார்கள் என்பது நிச்சயம். ஊரில் எவருமே கண்டுகொள்ளாத ஒரு விடயமாக

அவ்வாறான சண்டை இருந்தது. தம்பதிகளிடையேயான சண்டைகளில் எவருமே தலையிடுவதில்லை. அந்த நிலைமையை மாற்றிய முதல் ஆள் நீதான்.

அலோகொலும் கிராமத்துக்கு முதன்முதலாக நீ வந்தபோது எனக்குப் பத்து வயது. நீ தலையில் விறகைச் சுமப்பதைக் கண்டேன். ஏன் எனது தந்தை அவ்வாறு வேலை செய்வதில்லை என்று எனது தாயிடம் கேட்டேன். 'அவர் இந்த வீட்டுத் தலைவர்' என்றாள். 'நீ ஏன் வீட்டுத் தலைவி ஆகவில்லை?' என்று நான் அவளைக் கேட்ட போது. அதிகம் கேள்விகள் கேட்கிறாயெனக் கோபப்பட்டுத் திட்டினாள். அன்றுதான் நீ எனது நண்பன் என்றும், நீ ஏன் வீட்டுத் தலைவன் ஆகவில்லை என்பதைத் தெரிந்து கொள்ள வேண்டும் என்றும் தீர்மானித்தேன்.

எனது தாய் இரவுணவைத் தயாரிக்கும்போது நான் பதுங்கிப் பதுங்கி வீட்டை விட்டு வெளியே வந்து உன்னைத் தேடினேன். உன்னைத் தேடிக் கண்டுபிடிப்பது அவ்வளவு சிரமமான காரியமில்லை. நீ கொரீனாவின் வீட்டில் கோடரியால் விறகைப் பிளந்து கொண்டிருந்தாய். நீ கோடரியை உயர்த்துவதையும், அது பட்ட உடனேயே விறகு மிகவும் இலகுவாக இரண்டாகப் பிளப்பதையும் பார்த்துக் கொண்டேயிருந்தேன். விறகு வெட்டியதற்குக் கூலியாக கொரீனா உனக்கு கள்ளைக் குடிக்கத் தந்தாள். ஏனைய ஆண்கள் மா மரத்தடியில் அமர்ந்து கள்ளருந்திக் கொண்டிருந்த வேளையில் நீ மட்டும் அவளது குடிசையோடு ஒட்டி அமர்ந்து கள்ளருந்திக் கொண்டிருந்தாய். தாமதமாக வந்த ஆண்களும் அந்த ஆடவர்களுடன் இணைந்து கொண்டார்கள். அவ்வாறு நீ செய்யவேயில்லை. அங்கிருந்த பெண்கள் என்ன கதைத்துக் கொண்டிருக்கிறார்கள் என்பதைக் கேட்பதிலேயே ஆர்வமாக இருந்தாய். 'லுகுல், வா. வந்து ஆம்பளைகளோடு சேர்ந்து குடி' என்று

அந்த ஆடவர்கள் உன்னைக் கூப்பிட்ட போதிலும், நீ அவர்களது அழைப்பைத் தவிர்த்தாய். நீ பதிலளிக்காததைக் கண்டு ஒருவன் கள்ளருந்தியவாறே 'லுகுல் ஒரு பொட்டை' என்றான். ஆண்கள் என்ன பட்டப்பெயர் சொல்லி உன்னை அழைத்தாலும் நீ அவற்றைப் பொருட்படுத்துவதில்லை. ஆடவர்கள் உன்னைக் கேலி கிண்டல் செய்யும்போது நீ அவர்களுக்கு பதிலளிப்பதுவுமில்லை. நீ முணுமுணுத்தவாறே அவ்விடத்திலிருந்து அகன்று விடுவாய். ஆண்களில் சிலர் உன்னைக் கோழை என்றார்கள். நீ ஒரு கோழையாக இருப்பாய் என்பதை நான் நம்பவில்லை. நீ அவர்களுக்கு நல்ல பதிலடி கொடுக்க வேண்டும் என்று நான் விரும்பினேன். கிராமத்துப் பாதையில் நான் உன்னைப் பின் தொடர்ந்த வேளையில் நீ என்னைக் கவனிக்கவில்லை. ஒரு தடவை கூட நீ நிற்கவில்லை. நான் ஏன் உன்னைப் பின்தொடருகிறேன் என்பதை நான் உன்னிடம் சொல்லவுமில்லை. நீ திரும்பிப் பார்த்த போது என்னைக் கண்டாய். உனது உதட்டில் மெலிதாக ஒரு புன்னகை தோன்றியதைக் கண்டேன். அதுதான் எமக்கிடையேயான தொடர்பு என்பதை நான் அறிவேன். நீ எனது நண்பனாக ஆகி விட்டிருந்தாய், நானும்.

ஆட்சி கவிழ்ப்பு மூலம் புதிய அரசாங்கம் ஆட்சிக்கு வந்ததும் நீ குலு நகரத்துக்குச் சென்று விட்டாய். ஊரிலிருந்த நிறையப் பேர் அவ்வாறு புலம்பெயர்ந்தார்கள். ‘அலொகோலும்தான் எமது வீடு, நாங்கள் இங்கேதான் இருக்க வேண்டும்’ என்று எனது தந்தை உத்தரவிட்டிருந்தார். ஆகவே, மக்கள் பொருட்களைத் தமது தலையில் சுமந்து கொண்டு பாதுகாப்பான இடங்களுக்குச் செல்வதைப் பார்த்துக் கொண்டிருந்தோம். துப்பாக்கி வேட்டுச் சத்தங்களும், குண்டு வெடிக்கும் சத்தங்களும் எங்களுக்கு கேட்டுக் கொண்டேயிருந்தன. என்றாலும், நாங்கள் அலொகோலும் கிராமத்திலேயே இருந்தோம். இரவுகளில் நாங்கள் வீடுகளிலிருந்து வெளியேறி புதர்களிடையே படுத்துக் கொள்வோம். எனது பாயில் பாம்புகள் ஊர்வதைக் கண்டு

பயந்திருந்த போதிலும் நான் மிகவும் பாதுகாப்பாக உணர்ந்ததனால் அதைப் பற்றி முறையிடவேயில்லை. ஊருக்கு எவ்வித அசம்பாவிதங்களும் நேராத காரணத்தால் அங்கிருந்து நாங்கள் வீட்டுக்கு நிரந்தரமாகத் திரும்பிய வேளையில் நான் மிகவும் மகிழ்ந்து போயிருந்தேன்.

நீ ஏன் போனாய் என்பது பற்றி யாரும் பேசிக் கொள்ளவேயில்லை. நீ வந்தது போலவே போய் விட்டிருந்தாய். அதற்குப் பிறகு நாங்கள் உன்னை அலொகொலுமில் காணவேயில்லை. எமது கிராமத்தவர்கள் சிலர் உன்னை நகரத்தில் கண்டிருந்தார்கள். நீ சுத்தம் செய்யும் வேலைகளில் உதவிக் கொண்டிருந்தாயாம். தெருக்களை கூட்டிப் பெருக்கினாயாம். அலொகொலுமில் செய்து கொண்டிருந்ததைப் போலவே குப்பை பொறுக்கிக் கொண்டிருந்தாயாம். நீ ஒரு உளவாளி என்று சந்தேகித்த படையினர் ஆறு ரவைகளால் உனதுடலை சல்லடையாக்கியிருந்தார்கள். இன்று, நான் எனது தந்தையின் நிலத்திலிருக்கும் உனது கல்லறையின் முன்னால் நின்று கொண்டிருக்கிறேன். உனது கல்லறை மிகவும் சிறப்பாகப் பராமரிக்கப்பட்டிருக்கிறது. யாரோ அதன் மேலிருந்த களைகளையெல்லாம் பிடுங்கி அகற்றியிருந்தார்கள். எவருமே தமது காணிகளில் உனது சடலத்தைப் புதைக்க இடம் தர மறுத்தமை எனக்கு நினைவிருக்கிறது. பெரும்பாலான ஆட்கள் செய்ய மறுத்த வேலைகளையெல்லாம் நீ அவர்களுக்கு செய்து கொடுத்து உதவியிருக்கிறாய். உனக்குப் பைத்தியம் என்றே பெரும்பாலானவர்கள் கருதினார்கள். நீ ஆண்மையற்றவன் என்றும் சிலர் கூறினார்கள். அந்தக் கதையெல்லாம் இப்போது அவசியமில்லை.

உனது சாவு பற்றிய தகவல், அலொகொலுமை வந்தடைந்த வேளையில் எனது தந்தை தனது காணியில் உனக்கு ஓய்வெடுக்க இடமளிப்பதாகத் தெரிவித்தார். நீ ஒரு நல்ல மனிதன் என்றும், இந்த

உலகம் உன்னை நன்றாக நடத்தவில்லை என்றும் கூறினார். எது அவரது மனதை மாற்றியது என்பது எனக்கு ஒருபோதும் விளங்கவேயில்லை. கடுமையான வார்த்தைகள் அவரிடமிருந்து வெளிப்படுவது நிற்கவில்லை என்றாலும், அவரது ஆழ்மனதில் அவர் எப்போதும் நல்லதையே உணர்ந்திருப்பார். அவர் இப்போது உன்னருகேதான் ஓய்வெடுத்துக் கொண்டிருக்கிறார். போர்க்காலத்தில் அவரும் கொல்லப்பட்டார். காரணம், காயமடைந்தவர்களுக்கும், நோயாளிகளுக்கும் உதவி செய்ய அவர் முன் நின்று பாடுபட்டார். அவர் அலொகொலும் மக்களுடன்தான் எப்போதும் இருந்தார். இராணுவப் படையினரிடமிருந்து அவருக்கு எச்சரிக்கைகள் விடுக்கப்பட்ட போதிலும் அவர் அதை நிறுத்தவேயில்லை. போராளிகள் அவரது வீட்டுக்கு வந்து மருந்துகளைத் திருடிச் சென்ற போதிலும், அவர் போராளிகளுக்கே ஆதரவளித்து வந்தார். படையினர் அவரது தலையில் சுட்டு விட்டுச் சென்றார்கள். அவர் மக்களுக்கு உதவி செய்ததால்தான் இறந்தார். நீ மக்களுக்கு உதவிகள் செய்வதைக் கண்டே எனது தந்தையும் அந்த உத்வேகத்தைப் பெற்றிருக்கக் கூடும்.

ஆனால் இந்தக் கதை எனது தந்தையைப் பற்றிய கதையல்ல. இது உனது கதை. கிராமத்தவர்கள் புரிந்து கொள்ளாத ஒரு மனிதனைப் பற்றிய கதை. நீ செய்தவற்றையெல்லாம் நிறைய ஆண்கள் செய்ய வேண்டும் என்று நான் விரும்புகிறேன். நீ எங்கிருந்து வந்தாய் என்பது எவருக்குமே தெரியாது. இப்போது ஒரு புதிய உலகத்தில் உனக்கான வீட்டைக் கண்டடைந்திருக்கிறாய். நீ தலையில் விறகுகளைச் சுமந்தாய் என்பதனாலும், கிணற்றிலிருந்து தண்ணீரள்ளி வந்தாய் என்பதனாலும் உன்னை ஒரு ஆண்மகன் என்று அழைக்க எவருமே விரும்பவில்லை. இன்று, நான் உன்னை வீரன் என்று அழைக்கிறேன். காரணம், நீ என்ன செய்ய விரும்பினாயோ அவற்றையெல்லாம்தான் செய்தாய். உண்மையில், நீதான் வீட்டுத் தலைவன்.

அரிச்சுவடியில் காணப்படாத எழுத்து

எனது திருமண நாளின் முதலிரவிலேயே இவ்வாறு வெறுமையான படுக்கையில் அமர்ந்திருந்து ஒரு துண்டுக் காகிதத்தின் மீது அழுது கொண்டிருப்பேன் என்று நான் நினைத்திருக்கவேயில்லை. அது ஒருபோதும் எனது கனவாக இருந்ததேயில்லை. இந்தத் தருணத்துக்காகத்தானே இதுவரையான வாழ்நாள் முழுதும் நான் காத்திருந்தேன். மைக்கேல் எனும் நபருடன் எனது மனமும், எனது ஆன்மாவும், எனது தேகமும் ஒன்று சேர்ந்திருக்க வேண்டும் என்று விரும்புகிறது. இவற்றோடு எனது பெண்ணுறுப்பும் என்பதையும் குறிப்பிட வேண்டும். அதாவது சிதைக்கப்பட்டதன் பிறகு எஞ்சியுள்ள பெண்ணுறுப்பு.

அவர் ஏன் என்னைக் கை விட்டுப் போனார் என்பதை ஒருவேளை நான் புரிந்து கொண்டோ, புரிந்து கொள்ளாமலோ இருக்கக் கூடும். அவர் வெளியேறியிருக்க வேண்டியதில்லை. இப்போது மட்டுமல்ல, எப்போதும். அவர் இப்போது எனது கணவர். அவர் வாக்குறுதி அளித்திருக்கிறார். என்ன ஆனாலும் என்னுடனேயே இருப்பதாக வாக்குறுதி அளித்திருக்கிறார். ஆனால் நான் சபினி குலத்தைச் சேர்ந்தவள் என்பதையும், சில இடங்களில் அவரது அகோலி குலப்

பெண்களைப் போல இருக்க மாட்டேன் என்பதையும் அவர் அறிந்திருக்க வேண்டும்.

எனதும், மைக்கேலினதும் உறவினர்கள் இப்போதும் ஹோட்டலுக்குள் பாடிக் கொண்டும், ஆடிக் கொண்டும் இருக்கிறார்கள். அவர்கள் குப்சபினி மொழியிலும், லெப் அகோலி மொழியிலும் பேசிக் கொண்டிருப்பது எனக்குக் கேட்கிறது. எனது அம்மா கண் சிமிட்டியதும்தான் நாங்கள் அறைக்கு வந்தோம். அவளும் மைக்கேலை நேசித்தாள் என்பதை நான் அறிவேன். அவள், அவரைச் சந்தித்ததிலிருந்து அவர் மீது அளவு கடந்த அன்பைக் காட்டிக் கொண்டிருந்தாள். 'வேறொரு குலத்தவனைத் திருமணம் செய். அப்போதுதான் உனது பிள்ளைகளுடைய அந்தரங்க உறுப்புகளாவது சிதைக்கப்படாமல் இருக்கும்' என்று அவள் எப்போதும் சொல்லிக் கொண்டேயிருப்பாள்.

திருமணம் நல்லவிதமாக முடிந்ததில் எனக்கு மகிழ்ச்சிதான். எப்படியோ நடத்தி முடித்து விட்டோம். தொடக்கத்தில் சிரமமாகத்தான் இருந்தது என்றாலும் சாதித்து விட்டோம். எமக்குத் தேவையான ஆர்க்கிட் பூக்களும் கிடைத்தன. அவற்றின் நிறங்களும் பொருத்தமாகவே இருந்தன. மாலை வேளையில் செரீனா ஹோட்டலில் பரவச் செய்திருந்த மங்கலான வெளிச்சமும் பொருத்தமாகத்தான் இருந்தது.

நான் எவ்வாறெல்லாம் கனவு கண்டுகொண்டிருந்தேனோ அவ்வாறே எனது திருமணம் நடந்து முடிந்ததை நான் சந்தோஷமாகத்தான் குறிப்பிடுகிறேன். எனது ஆடையை, உணவு விருந்தை, நடனமாடுபவர்களை, இசைக் கலைஞர்களைப் பற்றியெல்லாம் யோசித்துக் கவலைப்பட்டுக் கொண்டிருந்தேனே தவிர, மைக்கேலைக் குறித்து நான் யோசிக்கவேயில்லை.

சபினி குலத்தவருக்கும் அகோலி குலத்தவருக்கும் இடையிலான கலப்புத் திருமணம் ஒருபோதும் சரிவராது என்று சொன்ன எனது தோழியின் கூற்றை நம்பியிருக்கலாம். நிச்சயமாக, நான் அவளது பேச்சைக் கேட்க மாட்டேன் என்று தெரிந்திருந்தும் 'சேஷா, அந்த அகோலி இளைஞனைத் திருமணம் முடிக்காதே எனது தோழியே' என்று அவள் எப்போதும் அறிவுறுத்திக் கொண்டேயிருந்தாள். இருந்த போதிலும், நான் அவளது பேச்சைக் கேட்கவேயில்லை.

எனது நாவலில் நான் எழுதக்கூடியளவுக்கு மறக்க முடியாத ஒரு முதலிரவைத்தான் நான் எதிர்பார்த்திருந்தேன். எனது முதலிரவு இவ்வாறு என்னாலேயே புரிந்து கொள்ள முடியாத அளவுக்கு மாறிப் போகும் என்று நான் ஒருபோதும் நினைத்திருந்திருக்கவில்லை. இப்போதும் என்னால் உணர முடியுமான விதத்தில் மைக்கேலின் விரல்கள் எனது தொடைகளை வருடுகின்றன. அவரது உதடுகள் எனது உதடுகளை சூடாக்குகின்றன. இவ்வாறான காட்சியைத்தான் நான் பல தடவைகள் எனக்குள் கற்பனை செய்து பார்த்திருக்கிறேன் என்பதால் அதற்கு மாற்றமாக நிகழத் தொடங்கியதும் என்ன செய்வதென்றே அறியாமல் திகைத்துப் போயிருந்தேன். 'செல்லம்' என்று நான் முணுமுணுத்தேன். நாங்கள் திருமணம் செய்து கொள்வதற்கு முன்பு நான் ஒருபோதும் அனுமதித்திருக்காத ஒரு விடயம் அது.

எனது அந்தரங்க உறுப்பை அவர் தொட்ட வேளையில் அவரது விரல்கள் தளர்ந்து போவதை நான் உணர்ந்தேன். பல ஆண்டுகளுக்கு முன்னால் ஒரு கணவனைத் திருமண பந்தத்தில் தொடர்ந்தும் இருக்கச் செய்வதற்கும், மனைவியை நம்பச் செய்வதற்கும் பயன்பட்ட 'விருத்தசேதனம்' எனும் சொல் இன்று என் முன்னால் அர்த்தமிழந்து நிற்கிறது. இதற்காக அவர் என்னைப் படுக்கையில் விட்டுச் செல்ல வேண்டியதில்லை.

நான் என்ன தவறிழைத்தேன் என்று தெரியவில்லை. எனக்குத் தெரிந்ததெல்லாம் இந்த கப்சோர்வா பிராந்தியத்திலுள்ள ஒவ்வொரு பெண்ணும் செய்ததைத்தான் நானும் செய்தேன். அதற்காக பெருமைப்பட்டேன். இந்த விடயத்தில் எனது பெற்றோர் என்னைக் கட்டாயப்படுத்தவேயில்லை. பொதுவாகவே எல்லோரும் அதைச் செய்தார்கள். என் சம வயது தோழிகளைப் போலவே நானும் ஒரு வளர்ந்த பெண்ணாக இருக்கத்தான் விரும்பினேன்.

தீமைகளுக்குக் காரணமான எனது அந்தரங்க உறுப்பை நானே சிதைத்துக் கொண்டேன். இதற்காக நான் வாழ்நாள் முழுவதும் தயாராகவே இருந்தேன். அரச சார்பற்ற நிறுவனங்களின் பெண்கள் எமக்கு அறிவுறுத்தியவை எவற்றையும் நாங்கள் செவிமடுக்கவேயில்லை. விருத்தசேதனம் நல்லதல்ல என்று அவர்கள் எவ்வாறு கூற முடியும்? எமது மூதாதையர்கள் எப்போதும் அதைத்தானே செய்து வந்தார்கள். அரச சார்பற்ற பெண்களின் அறிவுறுத்தல்கள் சரியானவை என்பதை நான் மிகவும் தாமதமாகவே புரிந்து கொண்டிருக்கிறேன். எனது உறுப்பு சிதைந்து விட்டது. நான் இந்த நிலைமையில்தான் எப்போதும் வாழ வேண்டியிருக்கிறது.

ஆனால் மைக்கேலுக்கு இது தெரிந்திருக்க வேண்டும். நான் அவரைத் திருமணம் முடித்த வேளையில், நான் இதைச் செய்திருக்க மாட்டேன் என்று அவர் நினைத்திருந்திருப்பாரோ? அந்தப் பன்னிரண்டு வயதில் எனக்கு அதன் பாரதூரம் தெரிந்திருக்கவில்லை. எனக்கு நானே சொந்தமானவளாக இருக்க விரும்பினேன். இவ்வாறு செய்து கொண்டால் வாழ்நாள் முழுதும் என்னுடன் சகோதரிகள் இருப்பார்கள். நான் எல்லோராலும் மதிக்கப்படுவேன். ஆகவே நான் ஏன் விருத்தசேதனம் செய்து கொள்ளக் கூடாது? விருத்தசேதனம் செய்து கொள்வதைப் பற்றி யோசித்துக் கூடப் பார்க்க விடாத அளவுக்கு வாக்குறுதிகள் பலவும் அன்று நிரம்பியிருந்தன. அவர்கள்

தந்த மயக்கம் தரும் மூலிகையை முகர்ந்த பிறகு, எதுவுமே எனக்குத் தடையாக இருக்கவில்லை. நான் விருத்தசேதனம் செய்து கொள்ளவே வேண்டியிருந்தது. நாங்கள் நடனமாடினோம். ஒரு பெண்ணாக ஆவதன் மகிமையைப் பாடினோம்.

விருத்தசேதனம் என்னை ஆபத்துகளிலிருந்து பாதுகாக்குமாம். நண்பர்களிடையே நாங்கள் அந்த வார்த்தையைப் பரிமாறிக் கொண்டோம். ஆனால் அதற்காக நாங்கள் எதிர்கொள்ள வேண்டிய வலியை அப்போது நாங்கள் கற்பனை செய்து கூட பார்த்திருக்கவில்லை. அந்த வலியைப் பற்றி யோசித்துப் பார்க்கும்போது இப்போதும் கால்களிரண்டையும் ஒன்றாகப் பிணைத்துக் கொண்டு ஒருபோதும் திறக்காதிருக்கவே விரும்புகிறேன். ஏன் எவரும் வலியைப் பற்றிச் சொல்லவேயில்லை? கணவர்மார் முதலிரவன்றே கை விட்டுச் சென்று விடுவார்கள் என்று ஏன் எவரும் குறிப்பிடவேயில்லை? அவர்கள் எதற்காவது பயந்து கொண்டிருந்தார்களா?

நான் எனது நண்பர்களுடன் அதைப் பற்றி பேசினேன். நாங்கள் அதைச் செய்து கொள்ள ஆர்வமாக இருந்தோம். ஆசிரியர்கள் அதைப் பற்றி பேசினார்கள். நாங்கள் விருத்தசேதனம் செய்யப் பட்டவர்களுடன் என்றென்றும் சகோதரிகளாக ஒன்றிணைந்திருப் போம் என்றார்கள்.

அந்த நாள் நெருங்கிய வேளையிலும் எனது உள்ளாடைகளில் ஒரு கூச்ச உணர்வை நான் உணரவில்லை. அது மரணத்திற்கு அருகிலுள்ள அனுபவமாக இருக்கும் என்றும் எனக்கு ஒருபோதும் தோன்றவேயில்லை. பிரசவம் போல ஒவ்வொரு பெண்ணும் அனுபவிக்க வேண்டிய ஒன்றல்ல அது என்று எனது தாய் எப்போதும் புறக்கணித்த விடயம் அது. உண்மையில் அது பிரசவம் போலத்தான்

இருந்தது. 'அது முடிந்ததுமே நீங்கள் அதைக் கொண்டாடுவீர்கள்' என்று சொன்னவளின் கண்களில் பொய்யை என்னால் பார்க்க முடிந்தது. ஒவ்வொரு தடவையும் நான் வயதான பெண்ணொருத்தியைப் பார்க்கும்போதும், அவள் விருத்தசேதனம் செய்யப்பட்டிருப்பதை அறிந்திருந்தேன். அவளிடம் ஏதோவொன்று காணப்படாது. அது ஏற்கனவே எங்கோ புதைக்கப்பட்டாயிற்று.

ஒரு எழுத்து காணப்படாத அரிச்சுவடிகளாக நாங்கள் இருந்தோம். அரிச்சுவடிகளில் காணப்படாத அந்த எழுத்து எமது பெண்ணுறுப்புகள். புலம்ப வேண்டிய அளவுக்கு அது எமது உடலின் பாகமொன்றல்ல. அந்த வயதில் அதன் இழப்பை நாங்கள் கொண்டாடினோம். விருத்தசேதனம் செய்பவர் அதை வைத்திருந்து நாங்கள் வழி தவறி நடந்தால் அதைக் கொண்டு செய்வினை செய்வார். அந்த பயம், எனக்கு மிகுந்த வலியை ஏற்படுத்திய அந்தப் பெண்ணுடன் எப்போதும் என்னை பிணைத்திருக்கிறது.

இளம் பெண்களாகிய எங்களுக்கு என்ன நடந்தது என்பதை அனைவரும் அறிந்தே இருந்தார்கள். நாங்கள் நடந்து செல்லும்போது ஏனைய குலத்தைச் சேர்ந்தவர்களுக்கு எமது அந்தரங்க உறுப்பைப் பற்றி விசாரிக்க வேண்டிய அவசியமே இருக்கவில்லை. அவர்கள் அவற்றையெல்லாம் வெகுகாலமாகக் கடந்து வந்திருந்தார்கள்.

ஓர் அரிச்சுவடி நான். எனது ஒரு எழுத்தைக் காணவில்லை. எனது கணவரையும் காணவில்லை. இது எனது தவறல்ல என்றாலும் எனது தவறாகவும் இருக்கலாம். கணவர் நழுவிப் போனது இப்போதும் வியப்பாக இருக்கிறது. நாம் திருமணம் முடிக்கும் முன்பு எனது தோழிகள் மைக்கேலைச் சுட்டிக் காட்டி எனது கணவர் என்று கிண்டல் செய்வார்கள். 'அவர் என்னுடைய காதலன்' என்று நான் உடனடியாக, புன்னகைத்தவாறே அந்தக் கூற்றைச் சரி செய்வேன். இப்போது நான்

அவரைக் கணவர் என்று அழைத்துக் கொண்டிருக்கிறேன். இருந்தாலும் அவரைத்தான் எங்கும் காணவில்லை.

எனது பெண்ணுறுப்பை இழந்ததால் மாத்திரமல்லாமல் எனது கணவரும் என்னைக் கை விட்டுச் சென்று விட்டதனால் நான் முழுமையானவளாக என்னை உணரவில்லை. 'நான் முழுமையானவள்' என்று எனக்குக் கத்த வேண்டும் போலிருந்தது. ஆனால் யார் அதைப் பொருட்படுத்துவார்கள்? எனது பெண்ணுறுப்பை இழந்து விட்டேனென்று யார் அதைப் பற்றி கவலைப்படப் போகிறார்கள்? நான் முழுமையானவள். நான் ஒரு பெண். நான் மைக்கேலின் மனைவி. நான் நான்தான். நான் சேஷா.

மதுபோதையில் இருப்பவளைப் போல புலம்பிக் கொண்டிருக்கிறேன். ஒருவேளை நான் வரவேற்பறையிலிருந்த வெள்ளை வைனிலிருந்து கொஞ்சம் அருந்தியிருக்க வேண்டும். எனது பாதணிகள் பாதங்களை அழுத்திக் கொண்டிருக்கின்றன. மதுவினாலும், காலணிகளாலும் எழும் விளைவுகளை சமாளிக்க நான் விரும்பவில்லை. நான் இன்னும் எவற்றையெல்லாம் சமாளிக்க வேண்டியிருக்கும் என்பதுவும் எனக்குத் தெரியாது. வைனை நான் குடிக்கலாமா, வேண்டாமா என்று தீர்மானித்த நேரத்துக்கு காலத்தைப் பின்னோக்கி நகர்த்த முடியுமானால் எவ்வளவு நன்றாக இருக்கும். மைக்கேல் மீண்டும் என்னிடம் வருவாரா? எமது திருமணம் உண்மையிலேயே ஒரு திருமணமா அல்லது வேறேதுமா?

விருத்தசேதனம், அந்தச் சொல் இப்போது எனக்கு மிகவும் பரிச்சயமானதாக இருக்கிறது. உண்மையில் அது அங்கவீனமாக்குதலாகவும் இருக்கலாம். அந்தக் கடுமையான துன்பம் தந்த நிகழ்வு இப்போதும் தெளிவாக நினைவிருக்கிறது. அதன் வலி ஒருபோதும் நீங்காதது. எனது காயம் விரைவில் மாறினாலும், வலி

இன்னும் அப்படியேதான் இருக்கிறது. என்னால் இப்போதும் அதை உணர முடிகிறது. அதை கனவிலும் காண்கிறேன். அது மிகவும் உண்மையானது. எனது உறுப்பு ஏன் வெட்டி அகற்றப்பட்டு தைத்து மூடப்பட்டது என்பது அப்போது எனக்குத் தெரியவில்லை. என்றாலும், எமது முதலிரவன்றே மைக்கேல் என்னைக் கை விட்டுச் சென்றதன் வலியை நான் சமாளிக்க வேண்டியிருக்கும் என்பது இப்போது எனக்குத் தெரியும்.

முதன்முதலில் மைக்கேலும் நானும் சந்தித்துக் கொண்ட நாள் இப்போதும் எனக்கு நினைவிருக்கிறது. ஒரு மாதம் கழித்து அவர் எனக்கு முகநூலில் நட்பு விண்ணப்பம் அனுப்பியிருந்தார். அதை ஏற்றுக் கொண்ட உடனே 'ஒரு நாள் நான் உன்னைத் திருமணம் செய்து கொள்வேன்' என்று தகவல் வந்ததுமே 'முட்டாள் பயல்' என்று நினைத்துக் கொண்டேன். இப்போது முட்டாளாக ஆகியிருப்பது நான்தான். திரும்பி வருவாரோ மாட்டாரோ என்று தெரியாத ஒரு நபரை எதிர்பார்த்துக் காத்திருந்தவாறே நிதானமாக இதை எழுதிக் கொண்டிருக்கிறேன். நான் கொஞ்சமாவது குடித்திருக்கலாம். அப்போது இந்தளவு வலி தெரியாமல் இருக்கும். கொஞ்சம் விவேகமானவளாகவும் இருப்பேன்.

அவர் என்னைக் காதலிக்கிறார். நான் அவரைக் காதலிக்கிறேன். அன்பும், அன்பும் சேர்ந்தால் பேரன்பாகத்தானே ஆக வேண்டும். இதில் எங்கு தவறு நேர்ந்தது?

நான் குறைக்கப் போராடிக் கொண்டிருக்கும் எனது எடையை வசீகரமாகக் கண்டவர் அவர். சற்றுப் பெரியதாக இருக்கின்றன என்று நான் கருதும் எனது உதடுகள் முத்தங்களுக்கு ஏற்றவை என்றவரும் அவரே. நான் நேசிக்க எளிதான மனிதர் என நான் கண்டவர் அவர். அவரிடம் என்னால் கோபப்பட முடியாது. என்ன நடந்தாலும் அவர்

புன்னகைத்ததுமே நான் அவரை மன்னித்து விடுவேன். நான் அவரை நேசிப்பதை விரும்புகிறேன்.

அவரைப் பற்றி நினைப்பதை என்னால் நிறுத்த முடியவில்லை. நான் வேறு எதையாவது யோசிக்க வேண்டும். நிலா மிகவும் பிரகாசமாக இருக்கிறது. அதுவும் மைக்கேலை அதிகமதிகமாக நினைக்கச் செய்கிறது. அவர்தான் எனது கரும்பு. எனது பலாப்பழம். அவர்தான் எனது எல்லாமும்.

எமது பின்னிரவு நேர முகநூல் தனிப்பட்ட அரட்டையில் நான் அவரிடம் எனது அந்தரங்க உறுப்பு சேதப்படுத்தப்பட்டுள்ளது பற்றி குறிப்பால் உணர்த்தியிருந்தேன். அது அவரைப் போய்ச் சேரவில்லை என்று நினைக்கிறேன். அரட்டைப் பெட்டியில் காத்திருந்து இன்றுதான் அது அவரைச் சேரக் கூடும். இன்றிரவு மன்மதனாக இருக்க வேண்டும் என்ற அவரது எதிர்பார்ப்பு பொய்த்து விட்டது.

எவ்வளவு நேரமாக நான் இதை எழுதிக் கொண்டிருக்கிறேன் என்பது எனக்குத் தெரியவில்லை. நான் சுயநினைவற்ற நிலையில் இருப்பது போல உணர்கிறேன். தாழ்வாரத்தில் யாரோ நடந்து வரும் காலடியோசை கேட்கிறது. பெண்கள் நடக்கும்போது அவர்களது குதியுயர்ந்த பாதணிகளிலிருந்து வரும் டக்,டக்,டக் ஓசையல்ல அது. ஆண்களின் சப்பாத்துகள் தரையை அழுத்தும்போது எழும் ஓசை. ஆகவே வருவது ஆணாகத்தான் இருக்க வேண்டும். எனது இருதயம் துடிக்கும் ஓசையை என்னால் கேட்க முடிந்தது. அது மைக்கேலாக இருந்தால், நான் இதை எழுதுவதை நிறுத்தி விட்டு, என்றென்றும் அவருக்கான சிறந்த பெண்ணாக இருப்பேன் என்பதை அவரிடம் சொல்வேன்.

கதவு திறக்கிறது. எனது கணவர் அவரது ஜாக்கெட்டைக் கையில் பிடித்தவாறே நின்று கொண்டிருக்கிறார். அவர் மிகவும் அழகாகத்

தெரிகிறார். புன்னகைக்கிறார். அதைச் செய்து பார்க்க அவர் முயற்சிப்பார் என்பது எனக்குத் தெரியும்.

'அன்பே, நான் திரும்பி வந்து விட்டேன்' என்கிறார்.

நிச்சயமாக, அவரை என்னால் பார்க்க முடிகிறது. அவருக்காகத்தானே காத்திருந்தேன். அந்த மகிழ்ச்சியில் ஓலமிட நான் விரும்பவில்லை. நான் எவ்வளவு சந்தோஷமாக இருக்கிறேன் என்பதை அவர் அறிந்து கொள்ள விடக் கூடாது. எனது முகத்தை அவரிடமிருந்து மறைத்துக் கொள்ள நான், அவர் நடக்கும் தரையைத் துடைக்கலாம். ஒரு கண்ணீர்த் துளி எனது கன்னத்தைத் தொடுவதை உணர்கிறேன். அதை நான் அப்படியே வழிய விடுகிறேன்.

ரம்போவின் இறுதி நாட்கள்

இன்றைய தினம் நன்றாகத்தான் தொடங்கியது என்று கருதியிருந்தேன். அதனால் நான் மகிழ்ச்சியாக இருந்தேன். தொலைக்காட்சி மற்றும் பேருந்து நிறுவனங்களிடமிருந்து இப்போதுதான் எனக்கான கொடுப்பனவைக் கிடைக்கப் பெற்றேன். கிட்டத்தட்ட இருநூற்றைம்பது அமெரிக்க டாலர்கள் பெறுமதியான ஒரு மில்லியன் உகாண்டா ஷில்லிங் பணத்தொகை என்னிடம் இருந்தது. நீண்ட நாட்களாக எனது கையிலிருக்காத ஒன்று இது. பழைய டாக்சி நிலையத்தில் ஒரு வாகனத்தை வாடகைக்கு எடுத்துக் கொண்ட நான் எனது மனைவியும், இரண்டு பிள்ளைகளும் வசித்து வந்த கம்வோக்யாவுக்கு வந்தேன். பணத்துக்காக யாராவது என்னைப் பின் தொடர்ந்து வரக் கூடும் என்று நான் பயந்தேன். மக்கள் கூட்டம் அதிகமில்லை என்பதால் யாராவது என்னைப் பின்தொடர்ந்து வந்தாலும் என்னால் அதைக் காண முடியும். கம்பாலாவிலுள்ள திருடர்கள் பணத்தை வெகு தொலைவிலிருந்தே மோப்பம் பிடித்து விடுவார்கள்.

எம்மைத் தெரிந்தவர்கள் எம்மிடம் முயங்கொ அல்லது கொலோலோ நகரங்களில் வசிக்கலாமே என்று சொல்லும் விதத்தில் நாங்கள் ஒரு குப்பத்தின் சிறந்த பகுதியில் வசித்து வந்தோம். லிஸாவும்,

நானும் கம்வோக்யா பகுதியிலிருந்து வெளியேறி விட வேண்டும் என்று எப்போதும் கனவு கண்டு வந்தோம் என்றாலும் எம்மிடம் ஒருபோதும் அந்தளவு பணம் இருக்கவில்லை. எம்மிடம் எப்போதாவது கொஞ்சம் பணமிருக்கும் ஒவ்வொரு தடவையும் அதில் எமக்கு கடன்களை அடைக்க வேண்டியிருக்கும், பாடசாலைக் கட்டணங்களைக் கட்ட வேண்டியிருக்கும் இல்லாவிட்டால் வீட்டில் ஏதேனும் மாற்ற வேண்டியிருக்கும். நாங்கள் எமக்கென சொந்தமாக ஒரு வீடு கட்ட வேண்டும் என்றும் கனவு கண்டு வந்த போதிலும் அதுவும் நீண்ட நெடுங்காலமாக கனவாகவே இருந்து வருகிறது. இந்தப் பணமும் வீட்டை மாற்றப் பயன்படாது.

இன்று பிற்பகல் வேளையில், எனக்குள் மேலும் மேலும் வேலை செய்ய வேண்டும் என்ற உத்வேகம் பிறந்தது. "Men in Black' எனும் ஆங்கிலத் திரைப்படத்தை மொழிபெயர்க்க நான் ஆழமாக விரும்பினேன். நான் ஏன் அப்படி நினைத்தேன் என்று எனக்குத் தெரியவில்லை. அதைச் செய்தால் எனக்கு நிறைய பணம் கிடைக்கும் என்பது நிச்சயம். ஒரு தடவை நான் எதிர்காலம் குறித்து மிகுந்த நம்பிக்கையோடு இருந்தேன். மொழிமாற்றம் செய்யப்பட்ட திரைப்படங்களுக்கான சந்தை மேலும் மேலும் அதிகரித்துக் கொண்டே வந்தன. புதிய தொலைக்காட்சி நிறுவனங்கள், புதிய பேருந்து நிறுவனங்கள் போன்றவற்றுக்கு அவ்வாறான திரைப்படங்கள் தேவையாக இருந்தன. வழமை போல உகாண்டாவின் பாராளுமன்ற உறுப்பினரும், ஜனாதிபதி தேர்தலில் போட்டியிடுபவருமான நடிகர் பாபி வைன், ஹாலிவுட் நடிகர் வில் ஸ்மித் கதாபாத்திரத்துக்கு பின்னணிக் குரல் கொடுப்பார். நான் அதைப் பற்றியெல்லாம் யோசிக்கத் தேவையில்லை.

"Men in Black' திரைப்படத்தில் வரும் ஒரு மனிதன் போல நானும் நடந்தேன். இரண்டு கிலோ இறைச்சியும், கீரையும் வாங்கிக் கொண்டு வந்தேன். லிஸா வேலைக்குப் போயிருந்ததோடு பிள்ளைகளும் பாடசாலைக்குப் போயிருந்தார்கள். அவர்கள் இன்று வீட்டுக்கு வரும்போது நல்ல உணவும், அவர்களது பாடசாலைக் கட்டணத்தைச் செலுத்தத் தேவையான பணமும் வீட்டில் காத்திருக்கும். குறைந்தபட்சம் அடுத்த தவணை வரும்வரைக்கும், இந்தத் தவணைக்கான பாடசாலைக் கட்டணம் குறித்த கவலை தீர்ந்திருந்தது. லிஸா வீட்டு வாடகையைச் செலுத்தி விட்டாள். பாலினம், தொழிலாளர் மற்றும் சமூக மேம்பாட்டு அமைச்சில் அவள் காரியதரிசியாக பணி புரிந்து வந்தாள். அதில் சம்பளமாகக் கிடைத்த பணமே அதற்குப் பயன்பட்டது. அமைச்சர் தனக்குக் கிடைத்த வருமானத்தில் அவர் மாத்திரம் பயனடையவில்லை. சில சமயங்களில் அவளுக்கும் ஏதாவது உதவித் தொகை கிடைக்கும். அவள் தனக்கு சம்பளமாகக் கிடைக்கும் பணம் மற்றும் உதவித் தொகையாகக் கிடைக்கப் போகும் பணம் இரண்டிற்குமாக இரண்டு தடவை கையொப்பம் இடுவாள். லிஸாவுக்கு அதைப் பற்றியெல்லாம் கவலையில்லை. சம்பளத்திற்கு மேலதிகமாக மேலும் பணம் கிடைக்குமென்றால் அவள் சந்தோஷப்படுவாள்.

பிற்பகல் வேளை சூடாகவும், வெக்கையாகவும் இருந்ததால் கொஞ்சம் காற்று வரட்டும் என்று நான் வீட்டின் ஜன்னல்களைத் திறந்து விட்டேன். வீட்டிலிருந்து வேலை செய்து வருவதையே நான் விரும்பினேன். இருந்தாலும், விருந்தாளிகள் யாரேனும் வந்தால், எனக்கு வீட்டிலிருந்து செய்ய நிறைய வேலையிருக்கிறது என்பதைப் பற்றி அவர்கள் யோசித்துக் கூடப் பார்க்காமல் வீட்டிலேயே வெகுநேரம் தங்கி விடுவார்கள். அயலவர்கள் கூட நான் மனைவியின் சம்பளத்தில் தங்கி வாழ்கிறேன் என்று குற்றம் சாட்டிக் கொண்டிருந்தார்கள். இவ்வாறான கதைகளையெல்லாம் நான்

பொருட்படுத்துவதேயில்லை. காரணம், வீட்டில் இயல்பாக இருந்து கொண்டே எனது பணியைத் திறம்பட செய்து முடிக்க முடியுமென்பது எந்தளவு நிம்மதியைத்தரும் என்பதை நான் அறிவேன். நான் வழமை போலவே எனது குட்டைக் காற்சட்டையையும், வெண்ணிற மேற்சட்டையையும் அணிந்து கொண்டேன். தானியக் கஞ்சியைத் தயாரித்து, இரவுணவை சமைக்கும்வரை கொஞ்சம் கொஞ்சமாகக் குடிக்கலாம் என்று போத்தலில் ஊற்றி வைத்துக் கொண்டேன்.

திடீரென்று யாரோ கதவைத் தட்டும் ஓசை கேட்டது. நான் ஒரு கணம் தயங்கி நின்றேன். சில சமயங்களில் நான், அயலவர்கள் யாரும் என்னைத் தொந்தரவு செய்வதைத் தவிர்க்க ஜன்னல் திரைகளை இழுத்து மூடி விட்டிருப்பேன். ஆனால் இப்போது ஜன்னல்களும் திறந்து கிடப்பதைக் கவனித்தேன். திருடர் பயம் காரணமாக, கம்வோக்யாவில் எவரும் இப்படி ஜன்னல்களைத் திறந்து போட்டு விட்டு எங்கும் செல்ல மாட்டார்கள். ஜன்னல்கள் திறந்திருந்ததென்றால், வீட்டில் யாராவது இருக்கிறார்கள் என்றுதான் அர்த்தம். பொருட்கள் ஒவ்வொன்றுக்கும் விலைவாசிகள் அதிகம் என்பதால் இங்கு எவரும் இவ்வாறான விடயங்களை மறப்பதேயில்லை. கதவைத் தட்டுதல் தொடர்ந்து கொண்டேயிருந்தது. எனது எவ்விதப் புறக்கணிப்பும் அதைத் தடுக்கப் போவதில்லை என்று தெரிந்தது. நான் நடந்து சென்று புன்னகைத்தவாறே கதவைத் திறந்தேன். ஏன் அவ்வாறு செய்தேன் என்று எனக்கே தெரியவில்லை.

நான் இதற்கு முன்பு கண்டேயிருக்காத உயரமானவன் ஒருவன் என்னைத் தள்ளிக் கொண்டு போய் சோபாவில் அமர்ந்து கொண்டான். அவனிடமிருந்து மக்கிய வியர்வை நாற்றம் எழுந்தது. ஒருவேளை அவன் வெகு தொலைவிலிருந்தே நடந்து எனது வீட்டுக்கு வந்திருக்கக் கூடும். நான் அவனைப் பிடித்து வெளியே வீட்டுக்கு முன்னால் இருக்கும் சாக்கடையில் தள்ளியிருக்க வேண்டும். சில சமயங்களில்

சாக்கடையிலிருந்து கடுமையான நாற்றம் வரும். ஆனால் இப்போது அவனிடமிருந்து வரும் நாற்றத்தைத் தவிர வேறு எந்த வாடையையும் என்னால் உணர முடியவில்லை.

'நீங்க வீடு தவறி வந்துட்டீங்கன்னு நினைக்கிறேன்' என்றேன் நான்.

'உங்களுக்கு எப்படித் தெரியும்?' என்று கேட்டான்.

'இதுக்கு முந்தி உங்களை எங்கேயும் சந்திச்சதா எனக்கு நினைவில்ல' என்றேன்.

உண்மையிலேயே நான் அவனது முகத்தை நினைவுபடுத்திப் பார்க்க முயற்சித்தேன். இல்லாவிட்டால் இப்படிப்பட்ட ஒருவன் ஏன் எனது வீட்டுக்குள் வலுக்கட்டாயமாக நுழைவான் என்றும் திகைத்துப் போனேன். 'ஒருவேளை லிஸாவுக்கு ஏதேனும் கள்ளத் தொடர்பு இருக்குமோ?' என்றும் கூட சந்தேகப்பட்டேன். அவ்வாறு ஏதும் இல்லாவிட்டால் எவரும் இவ்வாறு உரிமையோடு உள்ளே வந்து உட்கார மாட்டார்கள்.

பகலிலும், இரவிலும் இங்கு பல திருட்டுகள் நடப்பதாக செய்திகள் வந்தனதான். இருந்தாலும் திருட வருபவன் இவ்வாறு சோபாவில் உட்காந்து கொண்டிருக்க மாட்டானே. கூழையாகிப் போயிருந்த எமது சோபாவை அவன் கேவலமாகப் பார்ப்பதை நான் அவதானித்தேன். அந்த சோபா பதினைந்து வருடங்களுக்கு முன்பு எமக்கு திருமணப் பரிசாகக் கிடைத்த ஒன்று. நிச்சயமாக நாங்கள் புதிய சோபா ஒன்றை வாங்க வேண்டும். லிஸா அந்த சோபாவிலிருந்த துளைகளையும், கறைகளையும் மறைக்க பழைய துணியொன்றை அதன் மீது விரித்திருந்தாள். அவன் வசதியாக உட்கார முயன்ற வரவேற்பறை இப்போது சிறியதாக இருப்பதாகத் தோன்றியது.

'வழமையா யாராவது விருந்தாளிகள் வந்தா அவங்களுக்கு குடிக்க

குளிர்ந்த தண்ணீரும், ஒரு கோப்பைத் தேநீரும் கொடுப்பாங்க‘ என்றான் அவன்.

‘வழமையா காலை நேரத்துல வர்ற விருந்தாளிக்குத்தான் அப்படி கொடுப்போம்‘ என்று எனது பதற்றத்தைக் குறைக்க நகைச்சுவையாகப் பேச முயற்சித்தேன்.

அத்தோடு அவனுக்கு தன்னைப் பற்றி ஏதேனும் கூறும் வாய்ப்பை வழங்க எனக்குத் தேவையாகவிருந்தது. நிச்சயமாக அவன் ஒரு ஏமாற்றுப் பேர்வழியாக இருக்க மாட்டான் என்பதில் எனக்கு நம்பிக்கை இருந்தது. காரணம், அவ்வாறு அவன் என்ன சொன்னாலும் நான் நம்பப் போவதில்லை. ஏமாற்றுப் பேர்வழிகள் எப்போதும் நம்பிக்கையூட்டும் விதமாகத்தான் இருப்பார்கள். அத்தோடு அவர்கள் வழமையாக பெண்களோடுதான் வருவார்கள். அப்போதுதான் அவர்கள் மீது மக்களுக்கு மேலும் நம்பிக்கை பிறக்கும். அவன் அவ்வாறு என்னிடம் போலித் தங்கம் விற்க வந்தவன் போலவோ, பிரமிட் வியாபார மோசடியில் என்னைச் சேர்த்துக் கொள்ள வந்தவனாகவோ எனக்குத் தெரியவில்லை. நான் அவ்வாறான விடயங்களில் ஏற்கெனவே ஏமாந்து விட்டிருந்தேன். அவனது கைகளில் பைபிளோ, சிலுவையோ இருக்காத காரணத்தால் அவன் மதப் போதனைக்காக வந்திருப்பான் என்றும் சொல்ல முடியாது.

‘ஓஹோ, அப்போ நான் காலையில் வந்திருக்க வேணும்னு சொல்றீங்களா? நான் காலையிலும் வந்தேன். வீட்டுல யாருமே இருக்கல. இப்ப உங்களைக் காணக் கிடைச்சதுல சந்தோசம். இந்த சூட்டை என்னால தாங்க முடியல. இதுல திரும்பத் திரும்ப உங்களைத் தேடி வர்றத நினைச்சுக் கூட பார்க்க முடியல.‘

‘நீங்க என்னைத் தேடி வந்தீங்களா இல்ல என்னோட பொஞ்சாதியையா?‘

‘நான் எப்பவும் உங்களைத்தான் தேடிக் கொண்டிருந்தேன்.‘

‘இந்த விளையாட்டை நிறுத்திக்கலாம். உங்களுக்கு என்னிடமிருந்து என்ன வேணும்? நிஜமாவே எனக்கு உங்களைத் தெரியாதே.‘

‘இன்னும் கொஞ்ச நேரத்துல தெரிஞ்சுப்பீங்க. பிறகு என்னை ஒருபோதும் மறக்கவும் மாட்டீங்க. அதுக்கு நான் உறுதியளிக்கிறேன்.‘

‘இப்போதான் எனக்கு கடுமையாகப் பயம் தோணுதுன்னு நினைக்கிறேன். எனக்கு யாரென்றே தெரியாத ஒருத்தரை நான் மறக்கவே மாட்டேன். எனக்கு இப்போ ஒரே பதற்றமா இருக்கு‘ என்றேன்.

நான் அவ்வாறு கூறியிருக்கக் கூடாது என்று இப்போதுதான் உணர்கிறேன். ஒருவேளை அவ்வாறு கூறி என்னைத் தாக்க நானே அவனுக்கு ஊக்கமளித்திருக்கலாம். இல்லாவிட்டால் வெறுமனே எச்சரித்து விட்டு அவன் போயிருப்பான் என்று இப்போது எனக்குத் தோன்றுகிறது. அப்போது எனக்குப் புரியவில்லை. அவன் வெளியேறியதுமே கதவை மூடி தாழ்ப்பாளிட வேண்டும் என்ற எண்ணத்தில் நான் கதவின் அருகிலேயே நின்று கொண்டிருந்தேன்.

நான் ஒரு பெண்ணாக இருந்திருந்தால், அவன் என்னை வல்லுறவுக்கு உட்படுத்துவானோ என்றும் பயந்திருப்பேன், கத்திக் கூச்சலிட்டிருந்தால் ஆட்களும் ஓடி வந்திருப்பார்கள்.

‘நீங்க இப்ப போகலாம். நமக்கிடையில இனியும் பேச எதுவுமில்லன்னு நினைக்கிறேன்’ என்றேன். அவன் சிரித்தவாறே என்னைப் பார்த்துக் கொண்டிருந்தான்.

‘நாங்க நிறையப் பேச வேண்டியிருக்கே.‘

‘அப்படீன்னா அதைச் சொல்லிட்டுக் கிளம்புங்க. எனக்கு செய்றதுக்கு நிறைய வேலையிருக்கு‘ என்று எரிச்சலடையத்

தொடங்கினேன். அந்த உயரமானவன் எனது வீட்டில் சும்மா உட்கார்ந்து கொண்டிருந்தது என்னை எரிச்சலடையச் செய்தது. நான் கண்ணியமானவன். தற்போதைய அரசியல் சீரானதில்லை என்று நான் கருதாமல் இருந்திருந்தால், உள்ளூர் தேர்தலில் நின்று வெற்றி பெறவும் என்னால் முடிந்திருக்கும்.

'ஒக்கெல்லோ டேனியல் நீங்கதானே? சில பேர் உங்களை ஓகேன்னும் கூப்பிடுவாங்க, இல்லையா? நீங்கதான் நிறைய திரைப்படங்களை அகோலி மொழிக்கு மொழிபெயர்த்துக் கொடுக்குறீங்க. சரியா?'

'நான் பிரபலமானவன். நீங்க அமெரிக்கர்களுக்கு கீழ வேலை பார்க்கலன்னா, நான் செய்றதுல எந்தத் தவறும் இல்லன்னு உங்களுக்கு புரியும். நான் அமெரிக்கத் திரைப்படங்களை மட்டும்தான் மொழிபெயர்த்து வர்றேன். என்னோட குடும்பத்துக்கு நான் உணவளிக்க வேணுமே' என்றேன். இறுதி வரிகளை ஏன் சொன்னேன் என்று எனக்குத் தெரியவில்லை. எல்லோருமே அவர்களது குடும்பத்திற்காகத்தான் வேலை பார்க்கிறார்கள். இல்லாவிட்டால் அவ்வாறு சொல்லிக் கொள்கிறார்கள்.

பதிப்புரிமை தொடர்பான சிக்கல்களைக் குறித்து யாரோ என்னிடம் எப்போதோ எடுத்துக் கூறியிருந்தார்கள்தான். அதற்காகத்தான் இவன் வந்திருக்கிறானா? இல்லாவிட்டால் என்னிடமிருந்து சில திரைப்படங்களை வாங்கிக் கொள்ள வந்திருக்கிறானா? என்று என்னை நானே கேட்டுக் கொண்டேன். அவன் அகோலி மொழியை சரளமாகப் பேசுவது போலத் தெரியவில்லை. மாடுகளை மேய்த்து விட்டு நேரடியாக இங்கு வந்தவன் போலவே அவன் தென்பட்டான். மாடுகளினதும், பசுப்பாலினதும் வாடை அவனிடமிருந்து வீசுவதையும் என்னால் உணரமுடிந்தது. ஜனாதிபதியின் ஆதரவு

அவர்களுக்கு இருப்பதால், அவர்கள்தான் எல்லா இடங்களிலும் ஆணவத்தோடு நடந்து கொள்கிறார்கள்.

'உங்க குடும்பத்துக்கு உணவளிக்கத்தான் வேறு நல்ல வழிகளிருக்கே. நம்ம ஜனாதிபதி முத்தேனிக்கு ரம்போ கதாபாத்திரத்தை நடிக்கக் கொடுத்து அவரை இந்தத் தேர்தலில் மீண்டும் ஜனாதிபதியாக்கவும் உங்களால முடியும்' என்று கூறி கண்ணடித்தான். நான் நினைத்தது போலவே அவன் ஜனாதிபதியைக் குறிப்பிட்டான். ஏதோ ஜனாதிபதி அவர்களது சொந்தத் தந்தை போல கதைக்கிறார்கள்.

'என்ன சொல்றீங்க?'

அவன் என்ன சொல்ல வருகிறான் என்று எனக்கு விளங்கியது என்றாலும் தெரியாதது போலக் கேட்டேன். ஒருவேளை எனது கணிப்பு தவறாக இருக்கக் கூடும்.

'நான் என்ன சொல்ல வருகிறேன் என்பது உங்களுக்குத் தெரியும்' என்று கூறி மீண்டும் கண்ணடித்தான்.

அவன் ஒரு அறுவை என்று தோன்றியது. எமது உரையாடல் எங்கே போய்க் கொண்டிருக்கிறது என்றோ, அவனுக்கு என்ன வேண்டுமென்றோ எனக்கு விளங்கவில்லை. எனக்கு அதைத் தெரிந்து கொண்டால், சமையலைத் தொடரலாம். இல்லாவிட்டால் எனது மொழிபெயர்ப்பு வேலையைச் செய்யலாம். எனக்குப் பணம் தேவை. அவனுக்கோ பாலும், மாடுகளும், ஜனாதிபதியும் கூடவே இருப்பதால் பாடுபட்டு வேலை செய்ய வேண்டிய அவசியமேயில்லை. ஆனால் எனக்கு, எதுவுமே சரி வரவில்லை. மகேரேரே பல்கலைக்கழகத்தில் இசை, நாடகத் துறையில் பட்டப்படிப்பை முடித்து விட்டு வேலை கிடைக்காமல் அலைந்து திரிந்து, பிறகுதான் லிஸாவின் உதவியோடு

இதனைத் தொடங்கியிருக்கிறேன். அவன் போகும் வரைக்கும் நான் கதவருகிலேயே காத்துக் கொண்டிருந்தேன்.

அவன் சோபாவிலிருந்து எழுந்து ஜன்னலருகே வந்து நின்று கொண்டான். கைத்துப்பாக்கி போல ஏதோவொன்று அவனது காற்சட்டையில் துருத்திக் கொண்டிருப்பதை என்னால் காண முடிந்தது. இவ்வாறான சூழ்நிலையில் எவ்வாறு நான் மாட்டிக் கொண்டேன் என்று என்னையே கேட்டேன். இதிலிருந்து விடுபட எனக்கு ஏதாவது வழியிருக்கிறதா? எனது சடலத்தை யார் கண்டுபிடிப்பார்கள்? எனது மகன் லூக்கா இந்த வீட்டுக்கு முதலாவதாக வரக் கூடாது. அவனுக்கு இப்போதுதான் பன்னிரண்டு வயது. இரத்தத்தைக் கண்டால் பயந்து விடுவான். அவனை மருத்துவத்துறையில் படிக்கச் சொல்லி நான் அழுத்தம் கொடுத்தாலும் கூட அவனால் ஒருபோதும் ஒரு வைத்தியராக ஆகவே முடியாது. ரெபேக்கா என்ன செய்வாள்? அவள்தான் மூத்தவள். விரைவில் பதினான்கு வயதை அடைய இருப்பவள். சடலத்தைக் கண்டு அலறிக் கூச்சலிட்டு அயலவரைக் கூப்பிட முன்பு அவள் எனது உடலை துணியொன்றால் மூடி விடுவாளா? எனது பிள்ளைகள் இன்னும் சிறியவர்கள். நான் அவர்களது பாடசாலைக் கட்டணங்களைச் செலுத்த வேண்டியிருக்கிறது. நான்தான் அவர்களோடு பட்டப்படிப்பு முடியும்வரை கூடவேயிருந்து திருமணம் முடித்துக் கொடுக்க வேண்டும். எனக்கு பாபி வைனைப்பிடிக்கும் என்பதற்காக ஏன் இவன் எனது வாழ்க்கையை சுருக்கப் பார்க்கிறான்?

அவன் திடீரென்று திரும்பி என்னைச் சுட்டு விடுவானோ என்று நான் பயந்து போயிருந்தேன்.

'என்னோட பிள்ளைகள் இன்னும் சின்னப் பிள்ளைகள். அவங்களுக்கு நான் தேவை. என்னோட வேலை ஏன் உங்களுக்குப்

பிடிக்கலன்னு எனக்குத் தெரியல. எல்லோருக்குமே என்னோட வேலைகள் பிடிச்சிருக்கு. நான் அதை ஒழுங்காச் செய்றேன்னு அவங்க நினைக்கிறாங்க. நீங்க அந்தப் படங்கள்ல ஒண்ணையாவது பார்த்திருக்கீங்களா?‘ என்று நான் புலம்பினேன்.

நான் ஏற்கெனவே சிக்கலில் மாட்டியிருந்தேன் எனவே சில கேள்விகளைக் கேட்பது எதையும் மாற்றி விடாது. அவன் அமைதியாகவே இருந்தான். அவன் என்ன யோசித்துக் கொண்டிருந்தான் என்பது எனக்கு உறுதியாகத் தெரியவேயில்லை. திண்ணையில் சிறுவர்கள் சிலர் விளையாடிக் கொண்டிருந்தார்கள். சத்தம் போட வேண்டாம் என்று நான் எப்போதும் அவர்களிடம் சொல்வேன். ஆனால் அவர்கள் கேட்கவே மாட்டார்கள். அவர்களை இப்போது அமைதிப்படுத்த வேண்டிய அவசியமில்லை. இப்போது பார்த்து ஏன் அயலவர்கள் எவரும் உப்போ, தக்காளியோ கேட்டு வரவில்லை? ஏன் இந்த உலகம் என்னை விட்டுவிட்டு சுழன்று கொண்டிருக்கிறது? இனியும் அது இப்படித்தான் நான் இல்லாமலும் சுழன்று கொண்டிருக்குமோ? லிஸா உடனடியாக மறுமணம் செய்து கொள்வாளா?

அவன் என்னை நோக்கித் திரும்பியதும், அவனது கையில் துப்பாக்கியையோ வேறேதும் ஆயுதங்களையோ காணாதபோதும் நான் திடுக்கிட்டுப் போனேன். இந்தக் காலத்தில் எல்லோரும் ஒரு வீட்டுக்குள் நுழைந்து விட்டு அங்கிருக்கும் காலம் முழுதும் கைபேசியையே நோண்டிக் கொண்டிருப்பது போல இவன் ஏன் செய்யவில்லை என்று நான் ஆச்சரியப்பட்டேன்.

‘ஏன் பயந்து போயிருக்கிறீங்க? நமது அன்பிற்குரிய ஜனாதிபதியை விட்டுட்டு பாபி வைனைத் தேர்ந்தெடுத்ததுக்காக நான் உங்களுக்கு ஒரு சின்ன பாடத்தைக் கற்பிக்கப் போறேன்.‘

'அவர் எங்க ஜனாதிபதியில்ல. உங்க ஜனாதிபதி. அவர்தானே கடந்த முப்பது வருஷத்துக்கும் மேலாக ஜனாதிபதியாகவே இருக்கார். சரியா?'

எனது மூளை அவனைக் கோபப்படுத்தாமல் இருக்குமாறு சொல்வதை ஏன் எனது வாய் கேட்பதில்லை என்று எனக்கு விளங்கவில்லை. எனக்கு என்ன நேர்ந்திருக்கிறது? ஏன் வாயை மூடிக் கொண்டிருக்க என்னால் முடியவில்லை? பெரும்பாலும் நான் ஒரு திரைப்படத்தில் நடித்துக் கொண்டிருக்கிறேன் என்றும் படம் முடியும்போது எல்லாம் சரியாகிவிடும் என்றும் நினைத்துக் கொண்டிருந்திருப்பேனோ?

'பாபி வைனுக்கு என்னோட பெயர் கூட தெரியாது.'

'அவர் உங்க பெயரைத் தெரிஞ்சுக்குவார்.'

'அவர் எனக்காகவும், எல்லோருக்காகவும் போராடிட்டிருக்கார். அவர்தான் எங்க ஆள்.'

'திரும்பத் திரும்ப அதையே சொல்லிட்டிருக்கீங்க. உங்களுக்கு ஒரு பாடம் கற்பிக்கத்தான் வேணும்' என்றான்.

பிறகு என்னை நோக்கி நடந்து வந்தான். நான் நகரவேயில்லை. நகர்ந்திருக்க வேண்டும் என்று இப்போது தோன்றுகிறது. அவன் என்னைக் கட்டியணைத்துக் கொண்டான். சில கணங்கள் அவன் அப்படியே இருந்தான். எனது உடல் தளர்ந்து போயிருந்தது. எந்த உடலும் என்னை அதுவரைக்கும் அது போல அருவெறுப்பூட்டியிருக்கவில்லை. எனது அயலவர்கள் அவர்களது வீட்டு ஜன்னல் திரையை இலேசாக விலக்கி இதையெல்லாம் பார்த்துக் கொண்டிருப்பார்கள். இவன் என்னை என்ன செய்யப் போகிறான்?

அவன் என்னை கதவருகிலிருந்து சோபாவுக்கு இழுத்துக் கொண்டு

வந்து சோபாவில் தள்ளி விட்டான். பிறகு வாசற்கதவை அடைத்தான். தாழிடவில்லை. ஒருவேளை அவன் தாழிட்டிருந்தால், அவன் என்ன செய்யப் போகிறான் என்பது எனது மூளைக்கு விளங்கியிருக்கும். அவன் தனது நீல நிற காற்சட்டையின் பொத்தான்களை அவிழ்க்கத் தொடங்கியிருந்தான்.

'ஹேய் ஹேய் ஹேய்ம என்ன செய்றாய்?'

'நீயே இதையெல்லாம் கழட்டி விட்டாய்னா வசதியா இருக்கும்.'

'நான் ஒரு ஆம்பளை. இன்னொரு ஆம்பளை முன்னாடி இப்படி உடுப்பெல்லாம் கழட்ட மாட்டேன்.'

'இன்னிக்கு கழட்டப் போறாய்' என்றான்.

அவன் தனது கைத்துப்பாக்கியை வெளியே எடுத்தான்.

'துப்பாக்கியோடுதான் என்னோட வீட்டுக்கு வந்திருக்கியா?' என்று அவனிடம் கேட்பது போல முணுமுணுத்தேன்.

'இனியும் நான் உன்னைக் கட்டாயப்படுத்த வேணுமோ?'

நான் சோபாவில் எப்படி விழுந்தேனோ அப்படியே கிடந்தேன். நான் அந்த சூழ்நிலையில் கத்திக் கூச்சலிட்டிருக்க வேண்டும். இல்லாவிட்டால் எழுந்து வீட்டை விட்டு ஓடியிருக்க வேண்டும். ஆனால் எதுவும் செய்ய இயலாமல் எனது உடல் அசைவற்றுப் போயிருந்தது.

'இதை லேசா முடிச்சுக்குவோம்' என்று கூறி ஒரு கையால் துப்பாக்கியை எனது வாயில் திணித்தவன், மறு கையால் எனது குட்டைக் காற்சட்டையின் பொத்தான்களைக் கழற்றினான். சோபாவின் கைப்பிடியில் என்னைக் குப்புறக் கிடத்தியவன் என் மீது இயங்கத் தொடங்கினான். முடிந்ததும் சோபாவைப் போர்த்தியிருந்த துணியை

இழுத்தெடுத்துத் தன்னைத் துடைத்துக் கொண்டு துணியைத் தரையில் எறிந்தான். குற்றுயிராக நான் அங்கேயே கிடந்தான். அவன் கிளம்பினான்.

'பாபி வைனுக்கு ரம்போவாகுற வாய்ப்பைக் கொடுக்கக் கூடாது. புரிஞ்சுதா உனக்கு?' என்று கூறியவாறே கதவைத் திறந்து கொண்டு வெளியேறினான். நான் எனது காற்சட்டையை மாட்டிக் கொண்டு ஓடிப் போய் கதவை மூடித் தாழிட்டேன். அவன் திரும்பி வரக் கூடும் என்று கருதிய நான் கதவை அடைத்துக் கொண்டு அங்கேயே நின்றேன்.

எவருமே இங்கு நடந்ததை அறிய மாட்டார்கள். நான் இதை எனது மனைவியிடம் கூட கூற மாட்டேன். கூறவே மாட்டேன். பெரியளவு வலியொன்றும் இல்லை. நாளைக் காலை எல்லாம் சரியாகி விடும். எல்லாம் நல்லதுக்குத்தான். அவன் என்னைச் சுடவில்லை. அவன் என்னை அடிக்கவில்லை. எல்லாமே சரியாகி விடும். இது இன்னும் மோசமாக நடந்திருக்கலாம். இவ்வளவோடு முடிந்தது போதும். ஆனாலும், நான் ஏன் நடுங்கிக் கொண்டிருக்கிறேன்? நான் ஏன் அழ வேண்டும்? இருந்தாலும் கொஞ்சம் அழுவேன். அழுவது நல்லதுதான், தெரியுமா? கவலை எல்லாம் வெளியேறி விடும். நான் கண்ணீரை வழிய விடுகிறேன்.

நான் குளிக்கத் தொடங்கினேன். இதமான இந்த நீர் அவன் விட்டு விட்டுப் போன அவனது மிச்சங்களைக் கழுவி அகற்றட்டும். போலிஸுக்கு அறிவிக்க வேண்டுமா? என்ன செய்ய வேண்டுமென்று அவர்களுக்குத்தான் தெரியும். எனக்கு அவனைத் தெரியும். தெருக்களில் வைத்து என்னால் அவனை இனங்காண முடியும். அவன் உயரமாகவும், கருப்பாகவும் இருந்தான். உயரம் நிச்சயமாக ஆறடி இரண்டங்குலமாவது இருக்கும். அவனது இடது கன்னத்தில் ஒரு தழும்பு இருந்தது. அவனால் வாசனைத் திரவியங்களை வாங்க

முடியுமாக இருந்தாலும் கூட அவன் எதையும் பூசியிருக்கவில்லை. அவனது வியர்வை நாற்றத்தை இப்போதும் என்னில் உணர முடிகிறது.

✱✱✱✱

கதவு மீண்டும் தட்டப்படும் ஓசை கேட்டது. நான் கதவைத் திறக்கவில்லை. எனது அயலவரான முகாசா ஜன்னலினூடாக எட்டிப் பார்த்தார்.

'இங்க வந்துட்டுப் போனவனுக்காக கொஞ்சம் பேர் வெளியே கார்ல காத்துட்டிருந்தாங்க. அந்தக் காரோட ஜன்னல்கள் எல்லாம் மறைக்கப்பட்டிருந்துச்சு. உங்களுக்குத் தேவைன்னா என்னால அந்தக் காரோட நம்பரைத் தர முடியும்' என்றார். நான் பதிலேதும் அளிக்காமல் குளித்துக் கொண்டேயிருந்தேன்.

பின்னர் இரவுணவைச் சமைத்தேன். முன்பு திட்டமிட்டிருந்த, திரைப்படத்தை மொழிபெயர்க்கும் வேலையைச் செய்யவில்லை.

✱✱✱✱

அன்று இரவு ஜனாதிபதி வேட்பாளர் பாபி வைன் தொலைக்காட்சியில் உரையாற்றினார். நான் எனது மனைவியுடன் பார்த்துக் கொண்டிருந்தேன். பிள்ளைகள் காலையில் சீக்கிரமே பாடசாலைக்குப் போக வேண்டியிருந்ததால் நேர காலத்துடன் உறங்கச் சென்றிருந்தார்கள்.

'இதோ உங்க ஆள்' என்றாள் லிஸா.

'ஆமா. என்னோட ஆள்தான்' என்று உற்சாகமேயின்றி பதிலளித்தேன்.

'எங்க உங்க குறிப்பேடு? அவரோட உரையை இன்னிக்கு எழுதி வச்சுக்க மாட்டீங்களா? உங்களுக்கு அவரை ரொம்பப் பிடிக்கும்னு

நெனச்சேன்.‘

‘அவர் எப்போ இந்த ஆட்சியைப் பிடிப்பார்னு ஆசையாக் காத்துட்டிருக்கேன். அப்போதான் வாழ்க்கை சிறப்பா அமையும்.‘

‘எல்லாரும் ஒண்ணுதான். ஆட்சியைப் பிடிச்சுட்டாங்கன்னா அதுல இருக்குற ஏதோ ஒண்ணு அவங்க மூளையையும், அவங்ககிட்ட இருக்கிற அன்பையும் தின்னு தீர்த்திடும்.‘

‘இவர் வித்தியாசமானவர். நம்ம எல்லோருக்காகவும்தான் இவர் போராடிட்டிருக்கார்.‘

‘நமக்காகவா? அவங்க எல்லோருமே அவங்களுக்காகவும், அவங்க குடும்பங்களுக்காகவும், கூட்டாளிகளுக்காகவும்தான் எல்லாம் செய்றாங்களே தவிர நமக்காக இல்ல. நாமதான் நமக்காக போராடணும்‘ என்றாள் லிஸா.

நான் அவனுடன் போராடியிருக்க வேண்டும், அவனை அடித்திருக்க வேண்டும் இல்லாவிட்டால் ஏதேனும் செய்திருக்க வேண்டும் என்று ஒரு கணம் எனக்குத் தோன்றியது. என்னை ஒரு உதவாக்கரையாகவும், அற்பனாகவும் உணர்ந்தேன். நான் ஒரு ஆணே இல்லை. இனி ஒருபோதும் ஆணாகவும் மாட்டேன். நான் பெண்ணுமில்லை. என்னாலே அடையாளம் கண்டு கொள்ள முடியாத ஒருவன் நான்.

தொலைக்காட்சியில் பாபி வைன், அவர் சாமான்ய மனிதனுக்காகவும், நாட்டு மக்கள் அனைவருக்காகவும் எப்படியெல்லாம் போராடிக் கொண்டிருக்கிறார் என்பதை சொல்லிக் கொண்டிருந்தார். நாங்கள் மீண்டும் மக்கள் பலத்தைப் பெற வேண்டும் என்றார். ‘நான் உங்களுக்காகவும், உங்கள் குடும்பத்துக்காகவும்தான் போராடிக் கொண்டிருக்கிறேன்‘ என்று தொலைக்காட்சித் திரை வழியே என்னைச் சுட்டிக் காட்டி கூறிக் கொண்டிருந்தார்.

பிற்பகல் வேளையில் நடந்தவை எனது ஞாபகத்தில் வந்து கொண்டேயிருந்ததால், அவரது குரல் தெளிவற்றதாகத்தான் எனக்குக் கேட்டது. நான் அவனை ஏதேனும் செய்திருக்க வேண்டும். அவனது முகத்தில் ஓங்கிக் குத்தியிருக்க வேண்டும். அவனை உதைத்திருக்க வேண்டும். அவனை ஏதாவது செய்திருக்க வேண்டும்.

'இவருக்கு என்னோட பெயர் கூடத் தெரியாது' என்றேன்.

'இவர் உங்க பெயரை கூடிய சீக்கிரம் தெரிஞ்சுக்குவார்' என்ற லிஸா என்னை நோக்கிக் குனிந்து ஆவேசமாக முத்தமிட்டாள்.

'படுக்கைக்குப் போய் நம்ம போராட்டத்தைத் தொடரலாம், வாங்க' என்று புன்னகைத்தவாறே எனது கையைப் பிடித்து படுக்கையறை நோக்கி இழுத்தாள்.

'இன்னிக்கு வேணாம். என்னோட நாட்டுக்காகவும், எனக்காகவும் போராடுற இந்த மனுஷனோட பேச்சை எனக்கு முழுசா கேட்கணும்.'

'ஆச்சரியமா இருக்கு. இன்னிக்கு வேணாம்னு நீங்க ஒருபோதும் சொன்னதில்லையே. என்னாச்சு உங்களுக்கு?'

நான் அங்கேயே அமர்ந்திருந்தேன். தொலைக்காட்சிதான் என்னைப் பார்த்துக் கொண்டிருந்தது. லிஸாவின் குறட்டையொலி சத்தமாக எழும் வரை அங்கேயே காத்திருந்த நான், பிறகுதான் படுக்கைக்குச் சென்றேன்.

★★★★

என்னிடம் ஏதோ சரியில்லை என்பதை எனது மனைவி விரைவிலேயே உணர்ந்து கொண்டாள். காலையில் வெகுநேரம் படுக்கையிலேயே கிடந்தேன். எனது அலுவலகம் குறித்தோ, எனது வேலை குறித்தோ, எதையும் குறித்தோ எவ்வித ஆர்வமுமின்றிக் கிடந்தேன்.

‘நான் வேலைக்குப் போய் பாடுபடுறேன். நீங்க படுக்கையிலேயே இருக்கீங்க. நாங்க இன்னும் இளமையானவங்க இல்லன்னு உங்களுக்கு விளங்குதா? நம்மகிட்ட இருக்குற கொஞ்ச நஞ்ச சக்தியையும் பாவிச்சு இப்போ ஒண்ணாச் சேர்ந்து பாடுபட்டாத்தான் நமக்குன்னு ஒரு வீட்டைக் கட்டிக்கலாம்‘ என்றாள் லிஸா.

‘சீக்கிரம் எழுந்துடுறேன்.‘

‘சரி. என்ன பிரச்சினை? என்கிட்ட சொல்லுங்க. நான் கல்யாணம் பண்ணப்போ இருந்த ஆளில்ல இது. என்னை எப்பவும் உற்சாகப்படுத்துற, என்கிட்ட ரொம்ப அன்பு காட்டுற அந்த ஓகேஸ் எங்க? பிள்ளைகளும் அந்த அப்பாவைத்தான் தேடுறாங்க.‘

எனக்கு நடந்ததை லிஸாவுக்குத் தெரியப்படுத்த எனது நாவை அசைக்க என்னால் ஒருபோதும் முடியாது. என்னால் லிசாவின் மீதோ, வேறு எந்த மனிதர் மீதோ நம்பிக்கை வைக்க முடியவில்லை. எனது அனுபவத்தை எழுதி வைக்கவும் நினைத்தேன். ஆனால் நான் மோட்டார் சைக்கிளில் போகும்போது ஏதேனும் விபத்தில் இறப்பேனானால், லிஸா நான் எழுதியதைக் கண்டுபிடித்து விடுவாளோ என்றும் கவலைப்பட்டேன்.

‘எனக்கு மலேரியா காய்ச்சல்னு நினைக்கிறேன். உடம்பெல்லாம் ஒரே சோர்வா இருக்கு. மூட்டுகளெல்லாம் வலிக்குது‘ என்று நான் கூறியதும்தான் லிஸாவின் கண்களில் ஒரு ஆறுதலைக் காண முடிந்தது. அவள் தனது கைப்பையை எடுத்து அதில் பணத்தையும், சாவியையும் தேடியெடுத்துத் தந்தாள்.

‘மலேரியா மாத்திரைகளைக் குடிக்கிறதுக்கு முன்னாடி மலேரியாதானான்னு பரிசோதிச்சுப் பாருங்க, சரியா?‘ என்றவாறே அவள் வீட்டை விட்டு வெளியே சென்றாள்.

நான் படுக்கையிலேயே சிறிது நேரம் கிடந்தேன். மனப்பாரம் கொஞ்சம் குறைந்தது போல இருந்தது. நானே தேநீர் தயாரித்து, அதை ஊற்றிக் குடித்தவாறே ரம்போ கதாபாத்திரத்தை ஜனாதிபதி முத்தேனி செய்வது போல கற்பனை செய்து பார்த்தேன். அந்த யோசனையே சலிப்பைத் தந்தது. அதைச் செய்ய என்னால் ஒருபோதும் முடியாது.

மேசையில் தலைசாய்த்து அழுதேன். நான் ஏதேனும் வியாபாரம் செய்யலாம். குழந்தைகளின் பழைய ஆடைகளை சேகரித்து விற்கலாம். ஆண்களின் பழைய சப்பாத்துக்களை சேகரித்து விற்கலாம். இல்லாவிட்டால் ஒரு உணவு விடுதியைத் தொடங்கலாம். அவ்வாறு ஏதேனும் எனக்கு சொந்தமாகத் தொழில் இருந்தால் வில்ஸ்மித் நடித்த "Agent J' திரைப்படத்தை பாபி வைனுக்குக்காக நான் மொழிபெயர்ப்பேன். தொடர்ந்தும் மொழிபெயர்த்துக் கொண்டேயிருப்பேன். மொழிபெயர்த்தவாறே எனது கதையையும் சொல்வேன்.

நெத்தலி மீன்

இந்த உலகம் அவளை அவளாகவே இருக்க விடுமானால், எப்போதும் அயா கதைகள் எழுதுவதையே விரும்பினாள். அவள் குழந்தையாக இருந்த போதிலிருந்தே கதைகளைக் கூறி வந்தாள். பெரியவளானதன் பிறகு காதலைப் பற்றியும், யுத்தத்தைப் பற்றியும், இறப்புகளைப் பற்றியும் கதைகளை எழுத தான் தயாராக இருப்பதை உணர்ந்து கொண்டாள். சிறுமியாக இருந்த காலத்தில் அவள் புத்திசாலி முயலினதும், கொரில்லாவினதும் கதைகளைச் சொல்வதையே விரும்பினாள். அரக்கனின் கதையில், அரக்கன் எந்த ஜீவராசிகளையெல்லாம் கொன்று சாப்பிடுகிறதோ அவற்றுக்கெல்லாம் மீண்டும் புதிய உயிரும், புதிய ஜீவிதமும் கிடைத்தன. அவளது வாழ்க்கையும் அது போல இருந்தால் எவ்வளவு நன்றாக இருக்கும் என்று அவள் விரும்பினாள். அரக்கனால் விழுங்கப்பட்ட ஒவ்வொரு தடவையும் அவளுக்கு புதிய ஜீவிதம் கிடைத்துக் கொண்டேயிருக்கும். ஆனால் இதுவரையான அவளது வாழ்நாளில் அவள் கடந்து வந்த இருபத்தைந்து வருட காலத்தில் காயங்களையும், தழும்புகளையும் மாத்திரமே கண்டிருக்கிறாள்.

இந்த உலகம் தன் மீது கருணை காட்டுவதேயில்லை என்றே அவள் உணர்ந்தாள். அவளது தோழிகள் அனைவருமே திருமணம் முடித்து, முகநூலில் தமது குழந்தைகளின் புகைப்படங்களைப் பகிர்ந்து கொண்டிருக்கிறார்கள். அவளோ பிரபல எழுத்தாளர்களின் உத்வேகம் தரக் கூடிய மேற்கோள்களைப் பகிர்ந்து கொண்டிருக்கிறாள். தமது குழந்தைகளும், தமது சகோதரர்களின் குழந்தைகளும் என்னவெல்லாம் சொல்கிறார்கள், செய்கிறார்கள் என்பது பற்றியே தோழிகள் எப்போதும் பெருமை பேசிக் கொண்டிருப்பதால் அவள் தனது தோழிகளை சந்திப்பதையும் ஒருபோதும் விரும்பவில்லை.

'என்னோட மருமகளும்...' என்று அவள் ஆரம்பித்தால் உடனே தோழிகள் குறுக்கிட்டு 'ஹேய் கொஞ்சம் இரு. முதல்ல உனக்கொரு குழந்தை பிறக்கட்டும்' என்பார்கள்.

இந்த இருபத்தைந்து வயதில் பிரிந்து போன காதல் அனுபவங்கள் பத்து அவளுக்கிருந்தன. இப்போதும் அவை பற்றிப் பேச்செழுந்தால் உள்ளம் நோக பேசவே திணறுகிறாள். அவளிடமிருந்து பிரிந்து போன காதலனொருவனை, அவளது தோழிகளில் ஒருத்தி சந்தித்து, அவனையே திருமணமும் முடித்து விட்டாள்.

'உன்னிடம்தான் பிரச்சினையிருக்கிறது அயா. நீ எப்போதும் இந்த உலகத்திலேயே இல்லாத சம்பூரணமான ஒருவனுக்காகக் காத்துக் கொண்டிருக்கிறாய்' என்று அவளது தோழி எப்போதும் சொல்வாள்.

அவளது காதலன் சிறுவர்களது கபடமற்ற குணவியல்புகளைக் கொண்டிருக்க வேண்டும் என்றே அவள் எப்போதும் எதிர்பார்த்தாள். அவ்வாறான ஒருவனை அவளது வாழ்நாளில் ஒருபோதும் கண்டுபிடிக்க முடியாது என்பதையும் அவள் அறிவாள். டெய்லி மொனிட்டர் பத்திரிகையில், தனது கணவன் இருபால் விரும்பி என்பதை அறிந்து கொண்ட ஒரு பெண்ணின் கதையை வாசித்துச்

சிரித்தாள். ஆனால், ‘உனது சக்களத்தியை அடித்த தடியைப் பார்த்து சிரிக்காதே’ என்று மூத்தோர் சொல்லியிருப்பது சரி என்பதை பின்னர்தான் உணர்ந்தாள்.

ஆகவே, இப்போது அவள் தனித்திருக்கிறாள். சொல்வதற்காக அவளிடம் பல கதைகள் இருக்கின்றன. சில சமயங்களில், அவளது கதைகளுக்கு கொடுப்பனவுகள் கிடைக்காதிருக்கும். அவளால் எழுத முடியாதிருக்கும். அவள் கதைக்க விரும்பாதவர்களுடன் இணைந்து பணி புரிய வேண்டிய கட்டாயம் ஏற்படும். என்றாலும், அவள் உண்பதற்காக உணவு தேட வேண்டும். ஒவ்வொரு மாதத்தின் ஆரம்பத்திலும் வந்து குவியும் கட்டணப் பட்டியல்களுக்கு பணம் செலுத்த வேண்டும். அவளது படைப்புகள் நிராகரிக்கப்படும் போது நிலைமை இன்னும் மோசமாகும். ஆனாலும், சில சந்தர்ப்பங்களில் அவளுக்கு அதிர்ஷ்டம் இருந்தால், இத்தாலி, சுவிட்ஸர்லாந்து, ஜேர்மனி, அமெரிக்கா போன்ற நாடுகளில் இலவச உணவு, தங்குமிட வசதிகளோடு இலக்கிய நிகழ்வுகளில் கலந்து கொள்ள வாய்ப்பும் கிட்டும்.

அவளை அறிந்தவர்கள் பலரும் வெளிநாட்டுப் பயணங்களினாலும், படைப்புகளாலும் அவள் உழைக்கும் பணத்தைப் பகிர்ந்து கொள்ளக் கேட்பார்கள். 'தனியாக சாப்பிட்டுக் கொழுத்துடாதே. நாங்களும் உனக்கு உதவுகிறோம்' என்பார்கள். அந்த 'நாங்களும்' யாரென்று அவர்கள் ஒருபோதும் கூறியதேயில்லை. அவர்கள் அவ்வாறும் கூறும்போதெல்லாம், அவர்களது அதிகளவு ஊதியம் பெறும் தொழில்களின் மூலம் அவர்கள் உழைக்கும் பணத்தில் பங்கு கேட்கவும் அவளுக்கு எப்போதும் தோன்றும். அவ்வாறான பயணங்களின் போது அவளுக்கு அந்தளவு பணம் கிடைப்பதில்லை என்று அவள் கூறுவாள். உடனே ‘ஆனால் நீ அங்கே போய்

இறங்கியதுமே அவர்கள் உனது கை நிறையப் பணத்தைக் கொடுத்து விடுவார்கள்தானே?!' என்பார்கள். அவர்கள் ஒருபோதும் அவளை நம்பவேயில்லை. ஆகவே அவள் அவ்வாறான பயணங்களில் ஈடுபட்டிருக்கும் சமயங்களில் அவர்கள் நீண்ட மின்னஞ்சல்களை அனுப்புவார்கள். அவை அவளால் முகநூலிலும் வாசித்து அறிந்து கொள்ள முடியுமான காலநிலை, உகாண்டாவின் தற்போதைய நிலவரம் போன்ற தகவல்களால் நிரம்பியிருக்கும். ஆனால் அந்தத் தகவல்கள் அனைத்தும் அவர்களுக்காக அவள் வாங்க வேண்டிய பொருட்களின் பட்டியலுக்கு இடையிலேயே இருக்கும். அவர்களுக்குத் தேவையான பொருட்களான ஐபேட்கள், மடிக்கணினிகள், கைபேசிகள், கைப்பைகள், உயர்தர சூட்கேஸ்கள் போன்ற அவளால், அவளுக்காகவே இதுவரை வாங்கிக் கொள்ள முடியாமல் போன பொருட்களால் நிறைந்திருக்கும். அவள், தான் இருக்கும் இடத்தைக் குறிப்பிட்டு, அந்தந்தப் பொருட்களைப் பார்ப்பதற்கான இணைய முகவரிகளையும், அவற்றை வாங்குவதற்குத் தேவையான பணத்தை எவ்வாறு அனுப்புவது போன்ற விபரங்களையும் பதில் மின்னஞ்சலில் அனுப்பி வைப்பாள். உடனடியாக தோழிகளிடமிருந்து மின்னஞ்சல் வருவது நின்று போகும். அவர்கள் மீண்டும் சந்தித்துக் கொள்ளும்போது வேறெதைப் பற்றியாவதுதான் கதைத்துக் கொள்வார்களே தவிர, ஐபேட்கள், மடிக்கணினிகள், கைபேசிகள் பற்றி மறந்தும் குறிப்பிடவே மாட்டார்கள். அமெரிக்காவிலும், ஐரோப்பாவிலும் உள்ள தெருக்களின் தரைக்கு இலவசமாக டொலர்களும், யூரோக்களும் பதிக்கப்பட்டிருக்க மாட்டாது என்று அவர்களுக்கு நிரூபிக்க அவளால் முடியாமல் போயிருக்கும்.

அவள் அனுப்பும் கதைகள் சில நாட்களுக்குப் பிறகு நிராகரிக்கப்பட்டு நான்கு மடங்காகத் திரும்பி வரும். அவளுக்கு அதை எவ்வாறு சமாளிப்பது என்று தெரியவேயில்லை. முழு பிரபஞ்சத்தாலும் தான் நிராகரிக்கப்பட்டுள்ளது போல உணர்வாள். 'எனது பைத்தியக்காரத்தனத்தை எவ்வாறு எல்லோரும் அறிந்திருக்கிறார்கள். அதே வேளை எனது ஆழ் மன எண்ணங்களை நான் எழுதினால் இவர்கள் எதற்காக நிராகரிக்க வேண்டும்?' என்று அவள், தன்னையே கேட்டுக் கொள்வாள். வழமை போலவே பதிலேதும் இருக்காது. ஆகவே அவள் பல நாட்களுக்கு எதையும் எழுதாமலேயே காலம் கடத்துவாள். அக் கால கட்டங்களில் அவள், அவளையே வெறுத்திருப்பாள். அவளது படைப்புகளில் நல்லதையே காணமாட்டாள். உயிர் வாழ்வதில் எந்த வித அர்த்தமுமில்லை என்றும் அவளுக்குத் தோன்றும்.

பொதுவாகவே எழுத்தாளர்களுக்கு ஏற்படும் இவ்வாறான உளவியல் தடை குறித்து அவள் பெருமைப்படுவாள். அவளது கதைகள் ஏன் ஷேக்ஸ்பியர், சினுவா அச்சிபி, வில்லியம் கோல்டிங்ஸ் கதைகளைப் போல பாடசாலை பாட நூல்களில் சேர்க்கப்படவில்லையென்று சிலர் கேட்கும்போது அவள் வெறுப்படைவாள். 'ஆசிரியர்கள் அவர்கள் குறிப்பெடுத்திருக்கும் விடயங்களைக் கற்றுக் கொடுக்கவே பழகியிருக்கிறார்கள்' என்று சொல்ல விரும்புவாள். காலனித்துவத்துக்கு ஆட்பட்டிருந்த நாட்களில் இருந்தது போலவேதான் இப்போதும் உகாண்டா இருக்கிறது என்று விளக்கவோ, விவாதிக்கவோ அவள் தயாராக இல்லை.

மன அழுத்தத்துடன் கடந்து செல்லும் பல தினங்களுக்குப் பிறகு அவளுக்கு எழுதுவதற்கு மேலும் அதிக ஆற்றல் கிடைத்து விடும். அவளது வாழ்க்கை எழுதுவதிலேயேதான் தங்கியிருக்கிறது என்பது

போல எழுதுவாள். பகல் நேரங்களில் ஏதோ தனது மூளை வேலை செய்யாமல் நின்று விட்டதைப் போல, தான் எழுதியதை திருத்திக் கொண்டிருப்பாள். வழமையாக இரவுகளில் புதிய கதைகளால் அவள் தன்னையே புதுப்பித்துக் கொள்ள விரும்பினாள்.

சில நேரங்களில் அவள் அனைத்தையும் மீண்டும் மீண்டும் புதிதாகத் தொடங்க வேண்டும் என்றும் நினைப்பாள்.

ஒரு தடவை 'எனது வாழ்க்கைக்கு புத்துணர்வூட்டும் பொத்தான் எங்கிருக்கிறது?' என்று அவள் முகநூலில் பதிவிட்டாள். சில ஆண்கள் தமது புகைப்படத்தில் தம்மையே சுட்டிக் காட்டி பதிலிட்டார்கள். பெண்கள் பிரார்த்திருக்குமாறு கேட்டுக் கொண்டார்கள்.

'இயேசுவிடம் அந்த சக்தி இருக்கிறது' என்றும் ஒருவர் பதிலளித்திருந்தார்.

பிரார்த்தனை செய்யும் எண்ணம் அயாவுக்கு வரும்போதெல்லாம் அவள் எழுத்தாளர் சிமமண்டாவைப் போல தனக்கும் விருதுகளை வென்று தரக் கூடிய நல்ல கதைகளை எழுதும் ஆற்றல் கொடு என்று இயேசுவிடம் வேண்டினாள்.

அதுவரையில் அவளது கதைகள் எவையும் தொகுப்பாக்கப்பட்டிருக்கவில்லை என்றபோதிலும், தனது வாழ்க்கையைப் புதிதாகத் தொடங்க வேண்டும் என்றுதான் அவள் நினைத்தாள். தான், இன்னும் கண்டறியப்படாத சிறந்த எழுத்தாளர் என்பதில் அவளுக்கு நம்பிக்கை இருந்தது. அவள் எழுதியவற்றைக் காட்டிலும் சிறந்த சுவாரஸ்யமான கதைகள் அவளது மனதில் இருப்பதாக அவள் எப்போதும் உணர்வாள். அவள் தனது கதைகளை ஆங்கிலத்தில் எழுதும்போது சிக்கல்களுக்கு முகம்கொடுத்தாள். அவளது தலையில் அவளது கதாபாத்திரங்கள் அகோலி மொழியிலேயே உரையாடுவதால் அவற்றை ஆங்கிலத்தில்

எழுதும்போது பொருத்தமான ஆங்கில வார்த்தைகளைத் தேடிக் கண்டுபிடிக்க முடியாமல் அந்த முயற்சியையும் கை விடுவாள்.

அவளது மிகப் பெரும் ரசிகர்களாக ஊடகங்கள் இருந்தன. அவற்றின் துடிப்பு மிக்க இளம் உகாண்டா எழுத்தாளர்கள் அவளைப் பேட்டி கண்டார்கள். ஒவ்வொரு ஊடகவியலாளரினதும் தெரிவாக அவளே இருந்தாள். அவள் உகாண்டா இலக்கியத்தில் தேர்ச்சி பெற்றவளாக இருந்தாள். இதுவரை அவள் பரிசுகளுக்காகத் தேர்ந்தெடுக்கப்பட்ட பட்டியலையும், அவள் கலந்து கொண்ட வெளிநாட்டு மாநாடுகள் குறித்தும் பத்திரிகைகளில் எடுத்துச் சொன்னாள். அவை ஒவ்வொரு உகாண்டா எழுத்தாளர்களினதும் வெற்றி என்று செய்திப் பத்திரிகையில் குறிப்பிட்டிருந்தாள். கம்பாலாவின் கவிதை செயற்பாடுகள் குறித்து அவளைப் பேட்டி கொண்டிருந்தார்கள். ஆகவே உகாண்டாவின் வெற்றிகரமான எழுத்தாளராக அவளைப் பலரும் அறிந்திருந்தார்கள்.

உகாண்டா தேசத்தவர்கள் எப்போதுமே அவளது படைப்புகளை எங்கே வாசிக்கலாம் என்று கேட்பார்கள். அவளது படைப்புகளோ ஐரோப்பா, அமெரிக்கா, தென்னாபிரிக்கா நாடுகளின் பல்வேறுவிதமான தொகுப்புகளில் பிரசுரமாகிக் கொண்டிருந்தன. அவளிடம் அந்தத் தொகுப்புகளின் பிரதிகள் இருந்தன. என்றாலும் அவள் அவற்றை அவர்களுக்குக் கொடுக்கவேயில்லை. ஆனால் அவற்றைப் புகைப்படப் பிரதி எடுத்து அவர்களுக்கு பங்கிட்டுக் கொடுக்கலாம் என்றும் விரும்பினாள். அப் பிரதிகளில் தொகுப்பின் பெயரையும், எங்கே, எப்போது பிரசுரிக்கப்பட்டது போன்ற விபரங்களையும் குறிப்பிட்டுக் கொடுக்க வேண்டும். இல்லாவிட்டால் அவளது கதைகள் அவற்றில் பிரசுரமாகின என்பதை அவர்கள் நம்ப மாட்டார்கள். உகாண்டாவில் உள்ள பதிப்பகங்கள் பாடப்

புத்தகங்களை பதிப்பிப்பதிலேயே குறியாக இருக்கிறார்கள் என்று அவள் அவர்களிடம் சொல்லவேயில்லை. அதனால் மாத்திரம்தானே அவர்களால் பணம் சம்பாதிக்க முடியும்.

'யாருமே நாவல்களை வாசிப்பதில்லை. மக்களிடம் அதற்கெல்லாம் பணம் இல்லை. ஆனால் அவர்கள் தமது பிள்ளைகளுக்காக பாடப் புத்தகங்களை வாங்குகிறார்கள்' என்று உகாண்டா பதிப்பக உரிமையாளர்கள் கூறினார்கள். பத்திரிகைகளில் அவளைப் பற்றி வாசித்தறிந்தவர்கள் அவளைச் சந்திக்க நேரும் போதெல்லாம், உகாண்டா தேசத்தவர் புத்தகங்கள் எழுதுவதை தாம் அறிந்திருக்கவில்லை என்றும் காதல் கதைகளையும், திகிலூட்டும் கதைகளையும், அவர்களது வாழ்க்கை வரலாறுகளையும் எழுதுமாறும் அவளிடம் கூறினார்கள்.

'மில்ஸ் அண்ட் பூன்ஸ் கதைகளைப் போல உகாண்டாவின் காதல் கதைகளை எழுதுங்கள்.'

'ஹாரி போட்டர் போல சூனியக் கதைகளை எழுதுங்கள். அந்தக் கதைகளை எல்லோருக்கும் தெரியும். உங்களுடையதை அவற்றை விடவும் சுவாரஸ்யமாக எழுதுங்கள்.'

'எனக்காக ஒரு காதல் கதையை எழுதுங்கள்.'

'என்னைப் பற்றி எழுதுங்கள். என்னைப் பற்றி இதுவரை யாருமே எழுதியதில்லை.'

அவள் எழுதிய எயிட்ஸ், யுத்தம், ஊழல் தொடர்பான கதைகளிலெல்லாம் அவர்களைப் பற்றித்தான் எழுதியிருந்தாள். ஆனாலும் அவர்கள் அவை தம்முடைய கதைகளல்ல என்றே உணர்ந்தார்கள்.

அவள் எப்போதெல்லாம் அரிஸ்டோக் புத்தக நிலையத்துக்கு நாவல்களை வாங்கப் போகிறாளோ, அப்போதெல்லாம் மக்கள் அதிகளவு வாங்கும் புத்தகங்கள் அங்கு காட்சிப்படுத்தப் பட்டிருப்பதைக் காண்பாள். சிமமண்டா, பவுலோ கோய்லோ, ஷேக்ஸ்பியர், ஒபாமா, சினுவா அச்சுபி போன்ற எழுத்தாளர்களின் பிப்ட்டி ஷேட்ஸ் ஒப் க்ரே, த கோல்ட்பின்ச், அண்ட் த மௌண்டைன் எகோட் ஆகிய நூல்கள் நியூயோர்க் டைம்ஸால் நன்கு விற்பனையாகும் புத்தகங்கள் எனும் குறிப்புக்குக் கீழே விற்பனைக்கு வைக்கப்பட்டிருக்கும். ஏன் அரிஸ்டோக் புத்தக நிலையத்தில் கம்பாலாவில் நன்கு விற்பனையாகும் புத்தகங்களுக்காக ஒரு பிரிவு இல்லை என்று அவள் ஆச்சரியப்படுவாள். அங்கு ஒரு சில உகாண்டா புத்தகங்களே ஏதேனும் மூலையில் தூசு படிந்த நிலையில் காணப்படும்.

அவள் உகாண்டாவில் நன்கு விற்பனையாகும் நூல்களை அறிய விரும்பினாள். ஆனால் அந்தப் பட்டியலில் உகாண்டா எழுத்தாளர்கள் இருக்க மாட்டார்களோ என்றும் பயந்தாள்.

'நீங்கள் உகாண்டா எழுத்தாளர்களின் நூல்களை வாசிப்பீர்களா?' என்று அவள் கேட்க விரும்பினாள்.

'அவை அலுப்பூட்டுபவை. அவர்கள் எப்போதுமே யுத்தம், ஊழல், எயிட்ஸ் பற்றித்தான் எழுதுகிறார்கள்.'

'உகாண்டா தேசத்தவர்கள் யாரும் எழுதுவதில்லை.'

அவளது தோழிகள் சிலரும் எழுதுவதே அவளையும் தொடர்ந்து எழுதச் செய்தது. சிலர் கதைகளை எழுதினார்கள் என்றாலும் அவற்றை யாரும் அறிவதை அவர்கள் விரும்பவில்லை. அவளது வாழ்க்கைப் போராட்டத்தைக் கண்டு அதைப் போல தாங்களும் ஆக அவர்கள் விரும்பவில்லை. அவள் நிராகரிப்புக் கடிதங்களைப்

பெறும்போதெல்லாம் அவர்கள் அவளை ஊக்குவித்தார்கள். 'குறைந்தபட்சம் நீ கடுமையாகப் பாடுபடுகிறாய் என்பதைத்தானே இது காட்டுகிறது' என்பார்கள். மேலுமொருத்தி 'எனக்கெல்லாம் எவருமே நிராகரிப்பு கடிதம் கூட அனுப்புவதில்லை' என்பாள். உணவகங்களில் அவர்கள் அவளது உணவுக்கான கட்டணங்களையும் செலுத்துவார்கள். அச்சந்தர்ப்பங்களில் அவர்கள், யார் யாருடன் படுத்தார்கள், எந்த அரச அதிகாரியின் பாலியல் காணொளி வெளியாகியிருக்கிறது போன்ற ஊர்வம்புகளைக் கதைத்துக் கொண்டிருப்பார்கள். அயாவுக்கு, அந்தக் கதைகள் எல்லாம் பிரசுரிக்கத் தகுதியானவை என்றே தோன்றும்.,

அவளது தோழிகள் அவளை ஊக்குவித்தார்கள். அவர்களை அறியாமலேயே அவளுக்கு கதைகளை வாரி வழங்கினார்கள். அவற்றுள் சில கதைகள் தமது இருப்பிடங்களை விரைவில் கண்டடையும் என்பதை அவள் அறிவாள். குறைந்தபட்சம் எழுதச் செய்வதன் மூலம் அவர்கள் அவளை உயிரோடு வைத்திருந்தார்கள். அவள் காதல் தோல்வி, குடும்பம், தவற விட்ட வாய்ப்புகள், தன்னார்வத் தொண்டு நிறுவனங்களின் பெண்கள் பற்றியெல்லாம் எழுதினாள்.

அவளது சமர்ப்பித்தல்களுக்கான பதில்கள் எப்போதும் ஒன்றுபோலவே இருந்தன. அனைத்து பதிப்பகங்களும் ஒரே மாதிரியான வார்ப்புருக்களையே பயன்படுத்துகிறார்களோ என்றும் அவள் கற்பனை செய்தாள்.

'நல்ல கதைதான். ஆனால் நாங்கள் எதிர்பார்ப்பது மாதிரியான கதையல்ல.'

'உங்கள் எழுத்துப் பணி தொடர வாழ்த்துக்கள்!'

உங்களாலும் எனது படைப்பைப் பிரசுரிக்க முடியாதென்றால் என்ன எழுத்துப்பணி வேண்டிக் கிடக்கிறது என்று அவள் மனதுக்குள் கோபப்பட்டாள். எவ்வாறாயினும் அவர்கள் இந்த வார்த்தைகளை தனது முகத்துக்கு நேராக சொல்லாததற்காக அவள் நன்றி பாராட்டினாள். 'கதை அழகாகத்தான் இருக்கிறது. ஆனால்...' கிரந்தாவிலோ, த நியூயோக்கரிலோ, ஸ்டார்ட் ஜர்னலிலோ, அல்லது உச்சரிக்கச் சிரமமான ஏதேனும் புதிய இதழொன்றிலோ பிரசுரிக்கத் தகுதியற்றதாகவா இந்தப் படைப்பு இருக்கிறது? உணமையாகவா? 'இந்தக் கதை தனக்கான இடத்தைக் கண்டடையும்' என்று ஒவ்வொரு தடவையும் தனக்கே சொல்லிக் கொள்வாள். சில நேரங்களில் அந்த இடம், எவ்விடமாகவும் இல்லாமலிருந்த சந்தர்ப்பங்களும் உண்டு.

சில சமயங்களில் அவளிடம் ஒரு வாசனைத் திரவியத்தையோ, இறைச்சியையோ, கோழியையோ வாங்கக் கூட பணமிருக்காது. யாராவது அவளுக்காக இறைச்சியை வாங்கித் தர முன் வந்தால், தான் சைவமாக மாறி விட்டதாகக் கூறி சமாளிப்பாள். அவளது காய்கறிகளுக்கு சுவை சேர்ப்பதற்காக, அவள் ஒருபோதும் விரும்பாத சிறிய நெத்தலி மீன்களை வாங்கிச் சமைத்தாள். நெத்தலி மீன்களில் ஏரியின் வாடையடித்தது. தான் இவ்வளவு பாடுபட்டு நெத்தலி மீன் கறியையெல்லாம் சாப்பிடுவேன் என்று அயா ஒருபோதும் எண்ணியிருக்கவில்லை. அவள் நிஜ யதார்த்தத்தைக் கண்டு பயந்தாள். நெத்தலி மீன்கள், அவள் அவற்றைச் சாப்பிடும்போது அவளையே பார்த்துக் கொண்டிருந்தன. அவ்வாறான சமயங்களில், அயா அவளுக்கும், ஏழாம் வகுப்பிலேயே படிப்பைக் கை விட்டு விட்டு தன்னைக் கடந்து செல்லும் ஆடம்பர உலகைக் கண்டு ரசித்து மகிழும் தனது சகோதரிக்குமிடையே எவ்வித வித்தியாசமும் இல்லை என்பதாக உணர்வாள். அவளுக்கு ஒருபோதும் தனது சகோதரியைப் போல ஆக வேண்டியிருக்கவில்லை. பதிப்பாளர்கள் பதிப்பிக்கத்

தகுதியான கதைகளை எவ்வாறு எழுதலாம் என்ற ஊக்கத்தைப் பெற்றுக் கொள்வதற்காக எப்போதும் அவள் எழுத்தாளர் சிமமண்டாவைப் பார்ப்பாள்.

அவள் பெண்களின் ஓரின உறவைப் பற்றி ஒரு கதையை எழுதி, உகாண்டாவில் ஓரின உறவு எதிர்ப்பாளரும், பிரபல அரசியல்வாதியுமான பஹாதிக்கு அதை சமர்ப்பணம் செய்வாள். உள்ளடக்கம் எதைப் பற்றியது என்பதை அறியாமலேயே அவர் அதை வெளியிடுவதாகவும், பின்னர் ஊடகங்கள் அந்த நாவல் எதைப் பற்றியது என்பதை வாசித்தறிந்து அவரை விசாரிப்பதாகவும் கற்பனை செய்து பார்த்தாள். அவ்வாறு நடந்தால் அவர் நிச்சயமாக அவளை சிறையிலடைப்பார். உகாண்டாவில் பிரச்சினைகளை ஏற்படுத்துபவர்களுக்கு என்ன நடக்கும் என்பதற்கு உதாரணமாக அவளுக்கு பகிரங்கத் தண்டனை வழங்குவார். அந்த எண்ணமே அவளை உற்சாகப்படுத்தியது.

நாட்டை சீரமைப்பதில் ஒரு எழுத்தாளரின் பங்கை அங்கீகரிக்க அரசாங்கத்தைக் கட்டாயப்படுத்தும் ஒரு கதையை தன்னால் எழுத முடிந்தால் எவ்வளவு நன்றாக இருக்கும் என்றும் கூட சில சமயங்களில் அவளுக்குத் தோன்றும். இருந்தாலும், யாருமே அவ்வாறான அவளது கதைகளை வாசிக்க மாட்டார்கள் என்பதுவும் அவளுக்குத் தெரியும். அவளுக்கு அதிர்ஷ்டம் இருந்தால், அவளது படைப்பு அமெரிக்காவிலிருந்து வெளியாகும் இதழொன்றில் பிரசுரிக்கப்படும். அவளுக்கு இதழின் ஒரு பிரதியையும் அனுப்பி வைப்பார்கள். அவள் அதனை யாருக்கும் கொடுக்க மாட்டாள். காரணம், அது தொலைந்தால் வேறொரு இதழை வாங்க அவளிடம் பணமில்லை. சில வேளை அவள் தனது கதை வெளியாகியுள்ள பக்கங்களை புகைப்படப் பிரதி எடுத்து அரசாங்க அலுவலகங்களுக்கு விநியோகிப்பாள். இந்த

யோசனையும் அவளை ஊக்கப்படுத்தியது. எழுதுவது என்பது வேடிக்கையானதில்லை. இடி அமீனின் காலத்தில் செய்தது போல இப்போதெல்லாம் அரசாங்கம் எழுத்தாளர்களைக் கைது செய்வதில்லை.

அவள் சமர்ப்பிக்கும் ஒவ்வொரு படைப்பும் பிரசுரிக்க ஏற்றுக் கொள்ளப்பட வேண்டுமே என்று அவள் ஒவ்வொரு சமர்ப்பித்தலின் போதும் பிரார்த்தனை செய்தாள். அப்போதெல்லாம் அவளுக்கு வந்த நிராகரிப்புக் கடிதங்களையெல்லாம் மறந்து விட்டிருப்பாள். பிரசுரிக்க ஏற்றுக் கொள்ளப்பட்டதாக வரும் சில கடிதங்கள் அவளைத் தொடர்ந்தும் எழுதச் செய்வதில் பெரும் பங்காற்றின. சில சமயங்களில் அவளது தந்தையும் அவளை ஊக்குவித்தார். அவளது ஒரேயொரு சிறுவர் நூலை அவரிடம் கொடுத்த வேளையில் அவரது முகம் மலர்ந்ததை அவள் எப்போதும் நினைத்துப் பார்ப்பாள்.

'அயா, எனது மகளே... நீயா இதை எழுதினாய்?' என்று அவர் திரும்பத் திரும்பக் கேட்டாள். அவர் புத்தகத்தை வாசிக்கும்போது ஆனந்தக் கண்ணீர் வடித்தவாறே சிரித்தார். நல்லவேளை, அந்தக் கதை அவளது குடும்பக் கதையல்ல என்பதால் அவள் மகிழ்ச்சியடைந்தாள். அன்றிலிருந்து அவள் எழுதி முடித்த எந்தக் கதையையும் தனது மோசமான சித்தியிடமோ, சோம்பேறி தங்கையிடமோ கொடுத்து விடக் கூடாது என்பதில் கவனமாக இருந்தாள். நிச்சயமாக தந்தை அவர் அறிந்தவர்களிடமெல்லாம் இதைப் பற்றிச் சொல்வார். அவள் எழுதுவதைக் குறித்து நிச்சயமாக இனியும் ஆச்சரியப்பட மாட்டார்.

ஒவ்வொரு தடவையும் அவள் ஒரு எழுத்தாளர் என்று யாரிடமாவது கூறும்போது அவர்களிடமிருந்து எழும் கேள்வி 'எந்தப் பத்திரிகையில்?' என்பதுதான். 'பதிப்பகங்களுக்காக எழுதுகிறேன்' என்று பதிலளிப்பாள். அது தவறான பதில் என்பதை அவள் அறிவாள்

என்றாலும் அதற்குப் பரவாயில்லை. குறைந்த பட்சம் எழுதுவது பற்றிய மர்மங்களை உள்ளடக்கிய பதிலொன்றாவது அவளிடம் இருக்கிறதே.

'அதையெல்லாம் யார் வாசிப்பார்கள்?' என்று அடுத்த கேள்வி எழும். நல்ல கேள்வி. அவளுக்கே அதன் பதில் தெரியாததால் குறித்துக் கொள்வாள்.

'மக்கள் அவற்றை வாசிப்பார்கள்' என்பாள். தனது தந்தையைத் தவிர இன்னும் யாராவது அவளது கதைகளை ஆவலாக வாசிப்பார்கள் என்று அவள் நம்பினாள்.

'எந்த மக்கள்?'

'சில பேர்' என்று அமைதியாகச் சொல்வாள்.

'ஆனால், உண்மையிலேயே நீங்கள் என்னதான் செய்கிறீர்கள்?' என்ற கேள்வி திரும்பத் திரும்ப அவளைத் தொடர்ந்து கொண்டேயிருக்கும். எழுதுவதல்லாமல், வாழ்வதற்காக அவள் என்ன செய்கிறாள் என்பதை அறிந்து கொள்ளும் ஆவல் பலருக்கும் இருந்தது. ஒருபோதும் அவளிடம் அதற்கு பதிலிருக்கவேயில்லை. பழைய ஆடைகளை வாங்கி விற்பது போன்ற ஏதாவது வியாபாரம் செய்யலாம் என்றும் அவளுக்குத் தோன்றும். ஆனால் அவள் ஆடை விற்பனையில் இறங்கினால் ஏனைய பரிசுகளை இழக்க வேண்டி வரும் என்ற எண்ணம் அவளைக் கோபப்படுத்தியது. அவள் எழுதவே விரும்பினாள். எழுதுவதற்காக எதையும் தியாகம் செய்வாள். 'எழுத்தாளர்கள் எவரும் கஷ்டப்படாமல் வாழ்ந்ததில்லை' என்று தனக்குத்தானே சொல்லிக் கொள்வாள்.

அவள் வீட்டிலிருந்து கொண்டே பணி புரிவதாகச் சொல்லும்போது அவர்கள் அதிசயிப்பார்கள். வீட்டு வாடகை கொடுக்கவே

சிரமப்படுவதாக அவள் ஒருபோதும் அவர்களிடம் சொன்னதில்லை. கொலோலோ நகரத்தில் ஒரு வீட்டைக் கட்டிக் கொள்ளவும், ரேஞ் ரோவர் வண்டியை ஓட்டவும், செரீனா ஹோட்டல் போன்ற உயர்தரமான ஹோட்டல்களில் கட்டணத்தைப் பற்றிக் கவலைப்படாமல் உணவருந்தவும் எல்லோரையும் போலவே அவளுக்கும் ஆசைகள் இருக்கின்றனதான். அவளது வாழ்க்கையில் நடப்பவை, அவற்றை ஒருபோதும் அடைய விடாது என்பதையும் அவள் அறிவாள். ஆனாலும் அவள் எழுதுவாள். அவள் இறந்த பிறகாவது யாராவது அவளது எழுத்துக்களைப் படிப்பார்கள், அல்லவா? அதற்காக அவள் அனைத்தையும் தாங்கிக் கொள்வாள்.

அவள் தன்னை ஊக்கப்படுத்திக் கொள்வதற்காக சுவரில் ஆபிரிக்க எழுத்தாளர்களான பென் ஒக்ரி, நாடின் கோர்டிமர், கூகி வா தியாங்கோ, சினுவா அச்சிபி எனப் பலரினதும் புகைப்படங்களை ஒட்டி வைத்திருந்தாள். மன உளைச்சலான நேரங்களில் அவள் கலந்து கொண்ட லோவா, பெல்லாஜியோ, லவிங்னி, மேக்ட்வல் சர்வதேச மாநாடுகளின் புகைப்படங்களைப் பார்த்துக் கொண்டிருப்பாள். அவை அவளுக்கு தனது வாழ்வின் சிறந்த தருணங்களை நினைவுபடுத்தி மேலும் கனவு காண வைக்கும். இவைதான் அவளது வாழ்வில் திரும்பத் திரும்ப நடந்து கொண்டிருக்கும்.

இதழ்களிலும், தொகுப்புகளிலும் பிரசுரமான அவளது சில கதைகள் அவளுக்கும் பிடித்தவையாக இருந்தன. உகாண்டாவில் உள்ளவர்கள் வாசிக்கக் கூடிய விதத்தில் எழுதியிருந்தால், தானும் இப்போது மிகச் சிறந்த எழுத்தாளர்தான் என்பதை அவள் அறிவாள். பாடசாலைப் பாட நூலில் ஷேக்ஸ்பியருக்குப் பதிலாக தானும் ஒரு பகுதியாக இருக்க வேண்டும் என்று விரும்பினாள். 'ஷேக்ஸ்பியர்தான் வெகுகாலத்திற்கு

முன்பே செத்துப் போய் விட்டாரே. அவர் இதையெல்லாம் பொருட்படுத்த மாட்டார்.'

அயாவின் அக்கா தனது தங்கைக்கு ஒரு வேலை வேண்டும் என்று காண்பவர்களிடமெல்லாம் சொல்வதை ஒருபோதும் நிறுத்தவேயில்லை. அயாவுடனான அவளது உரையாடல்கள் எப்போதுமே இப்படித்தான் ஆரம்பிக்கும். 'நான் இன்னாரைச் சந்தித்தேன். வேலைக்கு விண்ணப்பம் அனுப்பச் சொல்லி உன்னிடம் சொல்லச் சொன்னார்.' அவள் அந்த நபருக்கு விண்ணப்பம் அனுப்பவே மாட்டாள். ஆனால் அவளது அக்காவோ மீண்டும் யாரையாவது தேடிக் கொண்டு வருவாள்.

ஒரு கட்டத்தில் எழுதுவதை நிறுத்தி விட்டு, பெரிய ஊதியத்தையும், தங்குமிடத்தையும், சாரதியையும், ஆயுள் காப்புறுதியையும் வழங்கும் தொழிலொன்றைத் தேடிக் கொள்ள வேண்டும் என்று அவள் தீர்மானித்தாள். இரண்டு வருடங்களின் பிறகு வேலை செய்வதை நிறுத்தி விடலாம். அப்போது அவள், அவளுக்கு எப்போதும் தேவையாக இருந்த வீட்டை அவள் விரும்பிய விதத்தில் கட்டி முடித்திருப்பாள். நிறைய பணத்தை சேமித்திருப்பாள். கதைகளை எழுத அந்த ஓய்வு காலங்களைப் பயன்படுத்திக் கொள்ளலாம். ஆனால், அவளுக்குக் கிடைத்த சிறிய வேலைகளின் ஊதியங்கள் வாடகை செலுத்துவதற்கும், கட்டணங்களைக் கட்டுவதற்குமே போதுமாக இருந்ததால் அந்தக் கனவு நிறைவேறவேயில்லை. ஒரு வீட்டை வாங்குவதற்கு எவ்வளவு பணம் தேவைப்படும் என்று அவள் கணக்கிட்டுப் பார்த்தாள். குறைந்தது இருபது மில்லியன்களாவது தேவைப்படும். அதுவும் பூசப்பட்டிருக்காத சுவர்கள், ஒரு

படுக்கையறையைக் கொண்ட வீடு. குளியலறைக்குச் சுவர்கள் இருக்காது. அவளது கனவு இல்லத்தைப் பற்றி அறிந்து கொண்டவர்கள் ஆச்சரியத்தில் தலையை அசைப்பார்கள்.

'அப்போதாவது நீ வீட்டைச் சுத்தமாக வைத்திருக்க வேண்டும்' என்று அவளது தோழிகள் கூறுவார்கள். ஏதோ அது செய்வதற்கு மிகவும் சிரமமான காரியம் என்பதைப் போல கூறுவார்கள்.

'அசுத்தமான வீட்டை வைத்திருக்கவும் எனக்கு அனுமதியுண்டு' என்று எழுத்தாளர் என்பதால் அவளது கெட்ட பழக்கங்களை பூசி மெழுக ஒரு பதிலைக் கண்டுபிடித்ததில் மகிழ்வாள்.

மோசமாக நடந்து கொள்ளும் சில எழுத்தாளர்களோடு ஒப்பிட்டுப் பார்க்கும்போது அவள் தன்னை சிறப்பானவளாகவே உணர்வாள். ஆபிரிக்க எழுத்தாளர் டம்புட்ஸோ மச்சேரா நிறைய கெட்ட வார்த்தைகளையெல்லாம் எழுதியிருக்கிறார். யார் எவரென்றில்லாமல் நிறையப் பேரை அவமானப்படுத்தியிருக்கிறார். 'நாங்கள் அவரது புத்தகங்களுக்காக அவரை நினைவுகூர்கிறோமே தவிர, அவரது பைத்தியக்காரத்தனமான வாழ்க்கை முறைக்காக அல்ல' என்பார்கள்.

நிச்சயமாக காலம் செல்லச் செல்ல மக்கள் அவளது அழுக்கு வீட்டை மறந்து விடுவார்கள். ஆனால் அவர்கள் அவளது நாவல்களை வாசிப்பார்கள் என்று தனக்குத்தானே கூறிக் கொண்டாள். அது அவ்வளவாக உதவவில்லை. அவளது சக எழுத்தாளர்களே அவளை 'ஒரு வேளை அவள் .....' என்று ஒரு அச்சுறுத்தலாகத்தான் பார்த்தார்கள்.

'மக்கள் துயரமான கதைகளை விரும்புகிறார்கள். ஆனால் அவளோ யுத்தக் கதைகளை எழுதுகிறாள். அதில் எந்தத் திறமையும் இல்லை. ஏதாவது அரசாங்க வேலையை அவள் தேடிக் கொண்டால் நன்றாக இருக்கும். அவள் எழுதுபவற்றை வாசிக்க ஒருவரும் விரும்புவதில்லை' என்பார்கள்.

'இவ்வாறான எழுத்தாளர்கள்தான் மேற்கத்தேய நாடுகளின் தேவைக்காக எழுதுபவர்கள்' என்று ஏனையவர்கள் ஆமோதிப்பார்கள்.

'இவை அனைத்தும் கூட துயரக் கதைகள்தான். இவற்றை வாசித்தால் அவள் ஒருபோதுமே புன்னகைத்திருக்கக் கூட மாட்டாள் என்றுதான் நீங்கள் நினைப்பீர்கள்.'

'அவள் எப்போது கம்பாலாவின் இன்றைய காதல் கதைகளை எழுதுவாளோ அன்றுதான் அவளது கதைகளை வாசித்துப் பார்க்க வேண்டும்.'

'அவள் மனநோயாளி என்பதில் வியப்பேதுமில்லை.'

ஒரு கட்டத்தில் நகர வாழ்க்கை வெறுத்துப் போனதன் பிறகு அவள் ஒரு கிராமத்துக்கு குடிபெயர்ந்தாள். அங்கிருந்து அவள் நகரத்துக்கு வருவதற்கு மூன்று டாக்சிகளினதும், ஒரு மோட்டார் சைக்கிளினதும் தயவை நாட வேண்டியிருந்தது. நகரத்தில், தேவையற்ற விருந்தாளிகள் வீட்டுக்கு வருவதை அவளுக்குத் தவிர்க்க வேண்டியிருந்தது. அவர்கள் வேறு எங்காவது போகும் போது கூட எப்போதும் அவளது வீட்டுக்கும் வந்து போனார்கள்.

'உன்னோட வீட்டு ஜன்னல் திறந்திருப்பதைக் கண்டேன். அதான் சும்மா ஒரு ஹலோ சொல்லிட்டுப் போகலாம்னு வந்தேன்' என்று உள்ளே நுழைபவர்கள் மணித்தியாலக் கணக்கில் அங்கேயே தங்கி விடுவார்கள். அவள் அவர்களுக்கு தேநீர் ஊற்றிக் கொடுப்பாள். சில நேரங்களில் அவர்கள் அவளது புத்தக அலுமாரியைக் குடைந்து கொண்டிருக்கும் போது பகலுணவையும் சமைத்துக் கொடுத்து உபசரிக்க வேண்டி வரும். சிலர், அவர்கள் எடுத்துக் கொண்டு போன புத்தகங்களைத் திருப்பித் தரவே மாட்டார்கள். சிலர் அவளது கதைகள் பிரசுரிக்கப்பட்டுள்ள தொகுப்புகளைத் தமக்கு வைத்துக் கொள்ளத்

தருமாறு கேட்பார்கள். சிலர் இந்தப் புத்தகங்கள் எல்லாம் எங்கிருந்து கிடைத்தன என்று விசாரிப்பார்கள். அவள் அவற்றை பணம் கொடுத்து வாங்கியதாகக் கூறுவாள். அவர்கள் வெறுமையாகப் புன்னகைத்தவாறே 'யார்தான் புத்தகங்களை பணம் கொடுத்து வாங்குவார்கள்' என்று தமக்குள்ளேயே முணுமுணுப்பார்கள்.

'நான் திருப்பிக் கொண்டு வந்து தருவேன்' என்பார்கள். ஆனால் அவற்றைத் திருப்பித் தரவே மாட்டார்கள் என்பதை அவள் அறிவாள். ஒன்றோ அவற்றைத் திருப்பித் தருமாறு அவள் மிரட்ட வேண்டியிருக்கும். இல்லாவிட்டால் அவளே நேரில் போய் எடுத்துக் கொண்டு வர வேண்டியிருக்கும். சில சமயங்களில், அந்தப் புத்தகங்களை உண்மையாகவே வாசிப்பவர்களுக்கு கொடுத்து விட்டதாக சந்தோஷமாகக் கூறுவார்கள்.

'அவன் வாசித்துக் கொண்டிருக்கிறான். அவன் உனது புத்தகத்தை வாசிப்பதை நீ விரும்ப மாட்டாயா? சும்மா உனது புத்தக அலுமாரியில் கிடப்பதைக் காட்டிலும் இது நல்லதுதானே?'

அவள் ஏதோ அலங்காரத்துக்காகவோ, அடுத்தவருக்குக் காண்பிப்பதற்காகவோ புத்தகங்களைத் தனது அலுமாரியில் அடுக்கி வைத்திருப்பதாக அவர்கள் நினைத்துக் கொண்டிருப்பார்கள்.

இங்கு தன்னைப் பார்க்க யாரும் வர மாட்டார்கள் என்று அயா நம்பினாள். மன அழுத்தத்திலிருந்து விடுபட்டு நாவல் எழுதும் வேலையில் தனது கவனத்தைச் செலுத்தலாம் என்று எதிர்பார்த்தாள். அந்த நிலைமையும் சில காலமே அதாவது அவளது அக்காவும், அவளது மகனும் அவளது வீட்டுக்குத் தங்க வரும்வரைக்கும்தான் நீடித்தது. அதன் பிறகு அவளால் ஒரு சொல்லைக் கூட எழுத முடியவில்லை.

ஒவ்வொரு இரவும் அவள் ஏதாவது எழுதுவதற்காகத் தனது மடிக்கணினியைப் பார்க்கும்போதெல்லாம் அவளது அக்காவின் குறட்டைச் சத்தம் அடுத்த அறையிலிருந்து கேட்டுக் கொண்டேயிருக்கும். உணவு மீதிகளைத் தேடித் திரியும் அவளது மகனின் காலடியோசையும் அவளைத் தொந்தரவு செய்தவாறு கேட்டபடியிருக்கும்.

'ஏதாவது கதைகள் வரும்' என்று அவள் எப்போதும் தனக்குத்தானே சொல்லிக் கொள்வாள். ஆனால் கதைகள் ஒருபோதும் வரவேயில்லை.

சனிக்கிழமை இரவுகளில் கலந்து கொள்ள திருமண வைபவங்கள் ஏதுமற்ற நாட்களில் தனது வீட்டில் ஒன்றுகூட ஒரு எழுத்தாளர் கழகத்தை அவள் உருவாக்கினாள். வறுத்த வேர்க்கடலையைக் கொறித்தவாறும், தேனீர் அருந்தியவாறும் அவர்கள் கதைகளைக் குறித்து விவாதித்தார்கள். அவளது கதைகள் எவையும் தயாராக இல்லாத காரணத்தால் அவர்கள் அவளது கதைகளைப் பற்றி உரையாடவேயில்லை. அவள் எழுதுவதற்காக பல ஒன்றுகூடல்களை ஒத்தி வைத்து அவர்கள் அவளுக்கு நேரத்தை வழங்கிய போதிலும் அவளால் எழுத முடியவேயில்லை.

அவளது கழக உறுப்பினர் ஒருவரிடம் படம் காட்டும் கருவி இருந்தது. சில சமயங்களில், திருமண வைபவங்களுக்கு எவரும் அவசரப்பட்டு ஓட வேண்டிய நிலைமை இல்லாத வேளைகளில், அவர்கள் அவளது வீட்டில் தங்கி திரைப்படங்களைப் பார்ப்பார்கள். அந்த நிகழ்வு அவளுக்குப் பிடித்திருந்தது. காரணம் அப்போதுதான் அவர்கள் அவளால் கதைகள் எழுத முடியாமல் இருப்பதைக் குறித்து விமர்சிக்காதிருப்பார்கள். படம் பார்த்து முடிந்ததும் ஆபிரிக்க எழுத்தாளர்களைப் பற்றி கலந்துரையாடுவார்கள். எழுத்தாளர் பின்யாவாங்கா வைனைனா ஒரு நாவல் கூட எழுதாமல் எவ்வாறு

பிரபல ஆபிரிக்க எழுத்தாளர் ஆனார், எழுத்தாளர் சிமமண்டா அவர் பேசுவதற்கு மாற்றமாக சிறுகதை எழுதுகிறார், எழுத்தாளர் நொவயலட் எவ்வாறு வறுமையை எழுதுகிறார் என்பது பற்றியெல்லாம் கலந்துரையாடுவார்கள். அவர்களுக்கு ஆபிரிக்க எழுத்தாளர்கள் எல்லோரையும் தெரிந்திருந்தது என்றாலும், அவர்களுக்குத்தான் இவர்களைத் தெரிந்திருக்கவில்லை. இவ்வாறான நிகழ்வுகளைத்தான் இவர்கள் விரும்பியிருந்தார்களே ஒழியே இதைத் தாண்டி அவர்களைப் போல உச்ச இடத்தை அடைய இவர்கள் முயன்றதாகவே தெரியவில்லை.

பணம் சம்பாதிப்பதற்காக அவள் தன்னார்வத் தொண்டு நிறுவனங்களுக்கு அறிக்கைகளை எழுதிக் கொடுத்தாள். விவசாயம், வறுமை, மனித உரிமை, வீட்டு வன்முறை போன்ற சலிப்பைத் தரும் மாநாடுகளில் கலந்து கொள்ள அவளுக்கு நேரிட்டது. அவளுக்கே சொந்தமான வார்ப்புரு இருந்ததால், பொதுவாக இரண்டு தினங்களுக்குள் அறிக்கையை முழுமையாக எழுதிக் கொடுத்து விடுவாள். பிறகு தன்னார்வத் தொண்டு நிறுவன அதிகாரிகள் அறிக்கை கிடைத்ததைப் பற்றிக் குறிப்பிடவோ, கொடுப்பனவு பற்றிக் கூறவோ பதிலளிக்கவே மாட்டார்கள். தன்னார்வத் தொண்டு நிறுவனமொன்று, இருப்பதைக் காட்டிலும் பெண்கள் அதிகம் அதிகமாகத் துயரம் அனுபவித்துக் கொண்டிருப்பது போல கதைகளை எழுதித் தரச் சொல்லிக் கேட்டார்கள். நன்கொடையாளர்களை ஈர்த்து நன்கொடைகளைப் பெற்றுக் கொள்ள அவ்வாறான ஆழமான துயரக் கதைகள் அவர்களுக்குத் தேவையாக இருந்தன. ஒரு பெண் பாலியல் வல்லுறவுக்கு ஆளாகுவது மாத்திரம் போதுமானதாக இல்லை. சமூகத்திலுள்ள ஒவ்வொருவரும் அவளை வெறுத்து ஒதுக்க வேண்டும். அவளுக்கு எதுவுமே ஒழுங்காக நடப்பதேயில்லை என்பது போன்ற கதைகள்.

'கதைகளில் வரும் அந்தப் பெண்கள் கடுமையான உளத் துன்புறுத்தல்களுக்கும் ஆளாகியிருக்க வேண்டும்' என்று ஒரு தன்னார்வத் தொண்டு நிறுவனத்தின் பெண் இயக்குனர் கூறியிருந்தார்.

மற்றுமொரு தன்னார்வத் தொண்டு நிறுவனம் ஊழல் தொடர்பாக அரசாங்கத்துடன் மோத ஆரம்பித்திருந்தது.

'அரசாங்கமே எமது மருத்துவமனைகளை ஏறெடுத்துப் பார்' என்று அவர்கள் அலறினார்கள். ஒவ்வொரு திங்கட்கிழமையும் கறுப்பாடைகளை அணியுமாறு அவர்கள் எல்லோரையும் கேட்டுக் கொண்டார்கள். சூரியன் முதுகைச் சுட்டெரித்தாலும் கம்பாலா முழுவதும் திங்கட்கிழமைகளில் கறுப்பாடை அணிந்தவர்களால்தான் நிரம்பியிருக்கும். அக்குள்களிலிருந்து வழியும் வியர்வையை அவர்கள் தமது அழுக்கான வெள்ளைக் கைக்குட்டையால் துடைத்துக் கொண்டேயிருப்பார்கள். இதுவேதான் அடுத்த திங்கட்கிழமையும் நடக்கும். ஆனால் அரசாங்கம் அதைக் கண்டுகொள்ளவேயில்லை. திங்கட்கிழமை கறுப்பாடை அணிந்த எவரையும் அது கைது செய்யவுமில்லை. அது வழமை போலவே தனது வேலையைச் செய்து கொண்டிருந்தது. மருத்துவமனைகள் மேலும் மேலும் மோசமாகிக் கொண்டேயிருந்தன. அத்தோடு மேலும் மேலும் அதிகமாக பண மோசடிகளில் ஈடுபட்டுள்ள அமைச்சர்கள் பத்திரிகைகளால் இனங்காணப்பட்டுக் கொண்டேயிருந்தார்கள்.

அந்தத் தன்னார்வுத் தொண்டு நிறுவனம் அவர்களது கறுப்புத் திங்கள் தொடர்பான சஞ்சிகையைத் திருத்தித் தருமாறு அவளைக் கேட்டுக் கொண்டது. அவள் அதிலிருந்த பிழைகளைத் திருத்த இரவும் பகலுமாக பாடுபட்டு உழைத்தாள். கடைசியில் சஞ்சிகையைப் பார்த்த போது, எவ்வாறு அவர்கள் அவளுக்கு அனுப்பிய பிரதியில் இருந்ததோ, அவ்வாறே சஞ்சிகையில் பிரசுரமாகியிருந்தது. எழுத்துப்

பிழைகளும், இலக்கணப் பிழைகளும் தெளிவாக அவளையே உற்றுப் பார்த்துக் கொண்டிருந்தன. அவர்கள் திரும்ப அவளைச் சந்திக்கவேயில்லை. ஊதியம் தரவுமில்லை. அவளது முதற்சந்திப்பின் போதே ஒரு மாதத்துக்கான வாடகையும், போக்குவரத்துக் கூலியும் தந்திருந்ததால் அவள் ஆறுதலடைந்தாள். அன்று அவள் தன்னால் முடிந்தளவு வயிறு முட்டச் சாப்பிட்டாள். அவளுக்கு வேண்டியதையெல்லாம் பொதி செய்து எடுத்துக் கொண்டு போகவும் அனுமதித்தார்கள். கடந்த ஒரு வாரம் முழுவதும் அவள் காலை உணவாக ஒரு ஆப்பிளை மட்டுமே சாப்பிட்டவாறு வேலை செய்திருந்தாள்.

அவளது எழுத்துப் பணியால் பணமீட்ட முடியாது என்பதை உணர்ந்ததும் அவள் வீட்டுத் தோட்டத்தை ஆரம்பித்தாள். புதினாவையும், எலுமிச்சைப் புல்லையும், நிறைய காய்கறிகளையும் பயிரிட்டாள். காய்கறிகளை மாத்திரமே உண்பது குறித்து பல காரணங்களைக் கூறி வந்தாலும், உள்ளுக்குள் கோழியிறைச் சிக்காகவும், வறுவல்களுக்காகவும் ஏங்கினாள். அவளது உடல் எடை குறையத் தொடங்கியது. அதுதான் எப்போதும் அவளுக்குத் தேவையானதாக இருந்தது. அதுவரை அவளது வயிற்றை நிரப்பிய சோள மா களியும், மரவள்ளிக் கிழங்கும், உருளைக் கிழங்கும் இனியும் இல்லை என்பதை அவள் உணர்ந்தாள். தற்காலத்தில் உள்ள எல்லா எழுத்தாளர்களும் பணம் உழைப்பதற்காக ஒரு தொழிலை வைத்துக் கொண்டு பகுதி நேரமாக எழுதுவதைப் போல, தானும் தொழிலொன்றைத் தேடிக் கொள்ளலாம் என்றும் அவள் நினைத்தாள்.

வீட்டுத் தோட்டம் மட்டுமே அவளது உணவின் ஆதாரமாக இருந்தது. அவளது தோழிகள் அவளது குளிர்சாதனப் பெட்டியைத் திறந்து பார்க்கும்போது அது கீரைகளாலும், கீரைக் குழம்புகளாலும்,

கேரட்களாலும், காய்கறிகளாலும் நிரம்பியிருக்குமே தவிர அதில் இறைச்சியோ, பன்றி இறைச்சியோ, கோழி இறைச்சியோ, கொக்கோ கோலாவோ இருக்காது. 'அடடா ஆரோக்கியமான உணவுகளையே உட்கொள்கிறாய். இது எவ்வளவோ நல்லது' என்பார்கள். ஆனால் அவர்கள் மீண்டும் வரும்போது அவர்கள் சாப்பிடுவதற்காக நெய், வெண்ணெய், கொக்கோ கோலா, ஸ்ப்ரைட் ஆகியவற்றோடு கோழியிறைச்சியையோ, மாட்டிறைச்சியையோ, பன்றியிறைச்சியையோ எடுத்துக் கொண்டு வருவார்கள்.

மருத்துவரிடம் செல்லும் பயணங்களைக் குறைக்கும் வெள்ளைப் பூண்டு, இஞ்சி மற்றும் காய்கறிகளின் மருத்துவ குணங்களை அவள் அறிந்து கொண்டாள். மருத்துவர்களின் ஆலோசனைக் கட்டணங்களைத் தவிர்ப்பதற்காக சளி, மலேரியா, வயிற்று உபாதைகள் போன்றவைகளுக்காக அவள் சித்த வைத்தியர்களை நாடி மூலிகை மருந்துகளை வாங்கி வைத்திருந்தாள். ஒவ்வொரு தடவையும் அந்த மூலிகை மருந்துகளைக் குடிக்கும்போதும் கடந்த தடவை போல அதன் சுவை அருவெறுப்பூட்டுவதாக இருக்காது என்றே நம்பினாள். குறைந்த பட்சம் அவை அவளைக் குமட்ட வைக்கவில்லை என்பது குறித்து மகிழ்ந்தாள்.

ஒரு நாள் அவள் பதிப்பாளர் ஒருவரின் மின்னஞ்சல் கண்டு விழித்துக் கொண்டாள். அவள் பல வருடங்களாக எழுதிக் கொண்டிருக்கும் நாவல் அவருக்குத் தேவையாக இருந்தது. உண்மையில் அவள் அதன் ஒரு அத்தியாயத்தை மாத்திரமே எழுதியிருந்தாள். ஆகவே அவள் அந்த மின்னஞ்சலைப் பார்க்கவேயில்லை என்பது போல நடந்து கொண்டாள். என்றாவது ஒரு நாள் அவளால் இரண்டு அத்தியாயங்களையாவது எழுத முடிந்தால், அதை அந்தப் பதிப்பாளருக்கு அனுப்பி வைத்து, நாவலை

விரைவில் பூர்த்தி செய்து தருவதாக வாக்குறுதி அளிக்கலாம் என்று தீர்மானித்திருந்தாள். குறைந்தபட்சம் அவள் எதையாவது எழுதியிருக்கிறாளே. ஆனால் அது நடக்கவேயில்லை. அவளது மூளையிலேயே தேங்கி நின்ற அந்தக் கதை காகிதத்துக்கு இடம் மாறவேயில்லை.

அவள் எப்போதும் மற்றவர்களின் கதைகளைத் திருத்திக் கொடுத்தாள். நாடு முழுவதிலுமிருந்து பலரும் அவளுக்கு தமது கையெழுத்துப் பிரதிகளை அனுப்பி வைத்தார்கள். அவள் அவற்றை படு வேகமாகச் செய்து தர வேண்டுமென்றும் அவர்கள் விரும்பினார்கள். ஏதோ அவள் அவர்களுக்குக் கடன் பட்டிருப்பதைப் போல அந்த அகோலி எழுத்தாளர்கள் அவளுக்கு அழுத்தம் கொடுத்தார்கள். அவளும் அவர்களைப் போல அகோலி எழுத்தாளர் என்பதால் நன்றிக் கடன்பட்டிருக்கிறாள் என்றும், அவர்கள் அனைவருமே ஒன்றுபோல இடர்காலங்களைக் கடந்து வந்திருப்பதாலும், அவள் ஏன் அவர்களது கதைகளை வாசித்து, செதுக்கித் தரக் கூடாது என்றுதான் அவர்கள் கருதினார்கள். அவள் அவர்களது கதைகளில் செய்யும்படி கூறிய திருத்தங்களை அவர்கள் ஒருபோதும் செய்யவேயில்லை. சில எழுத்தாளர்களுடன் அவள் மிகவும் நேர்மையாக நடந்து கொண்ட போதிலும், அவர்கள் அவளை நன்றி பாராட்டவுமில்லை. அதற்குப் பிறகு அவளுக்கு கதைகளை அனுப்பவுமில்லை. அவள், அவர்களுக்காக தனது நேரத்தை செலவிட்டதற்காக நன்றி தெரிவிக்கவுமில்லை. 'அவளுக்குத்தான் எல்லாம் தெரியும் என்று நினைத்துக் கொண்டிருக்கிறாள். நான் நோபல் பரிசு வெல்லும்வரை அவள் காத்திருக்கட்டும்' என்று அவர்கள் தமது உறவினர்களிடம் தெரிவித்திருந்தார்கள்.

அயா தனது எழுத்துப் பணியைக் கைவிடத் தீர்மானித்த போதுதான் அவளுக்கு எழுத்தாளர் பயணம் ஒன்றில் கலந்து கொள்ளுமாறு அழைப்பு வந்தது. 'எனது பிரார்த்தனைகள் பலனளிக்கத் தொடங்கி விட்டதா?' என்று அவள் தன்னையே கேட்டுக் கொண்டாள். நாட்டிலுள்ள முன்னணி எழுத்தாளர்களின் கவனத்தைப் பெரும் அளவுக்கு, தான் அந்தளவு ஒன்றும் எழுதியதில்லையே என்றும் கூட அவளுக்குத் தோன்றியது. அவள் உடனடியாக பயணப் பைகளை தயார் செய்து கொண்டு தனது சொந்த ஊரான குலுவுக்குச் செல்லும் வாகனத்தில் ஏறினாள். பிறகு உகாண்டாவின் ஏனைய பகுதிகளுக்கும் போய் வந்தாள். அவளாலும் பார்வையாளர்களை ஈர்க்க முடியுமாக இருக்குமா என்றும் அவள் ஆச்சரியப்பட்டாள்.

ஒரு விசாலமான மரத்தின் அடியில் அமைதியாக அமர்ந்திருந்த மாணவர்களின் எண்ணிக்கையைக் கண்டு அவள் வியந்து போனாள். அவர்கள் வெள்ளைச் சட்டையும், இளஞ்சிவப்பு நிற பாவாடையும் அணிந்திருந்தார்கள். ஒரு எழுத்தாளராக அவள் உரையாற்றியதைக் கேட்டுக் கொண்டிருந்த அதியுயர் பார்வையாளர்களின் எண்ணிக்கை அதுதான்.

அவள், அவர்களது கதையைத்தான் கூறுவதாகவும், அது அவர்களையும் எழுதத் தூண்டும் என்றும் அவர்கள் அவளிடம் தெரிவித்தார்கள். வாழ்க்கையில் முதன்முறையாக அவளுக்கு, தான் விரும்பியது போலவே தான் ஒரு எழுத்தாளராக ஆகியிருப்பதாகத் தோன்றியது. இனி அவளது கனவுகளைக் கைவிட மாட்டாள் என்பதை அவள் அறிவாள். அவள் தொடர்ந்தும் எழுதுவாள். இந்த உலகத்திடமிருந்து நிராகரிப்புக் கடிதங்களையும் பெற்றுக் கொள்வாள். அவளது படைப்பு ஏற்றுக் கொள்ளப்பட்டதைத் தெரிவிக்கும் கடிதம்

வழியில் வந்து கொண்டிருப்பதையும், அது வந்து சேர காலம் கொஞ்சம் எடுக்கும் என்பதையும் அவள் அறிவாள்.

அவளது இறுதி காதல் தொடர்பு ஒரு சிறந்த காப்பிக் கடையில் வைத்து அவள் எழுதிக் கொண்டிருந்த போது உருவானது. ஒருவன் வந்து அவளிடம் தன்னை அறிமுகப்படுத்திக் கொண்டான். அவனது தன்னம்பிக்கை கண்டு ஈர்க்கப்பட்டாள். அவன் அவளிடம் வெளியே எங்காவது சந்திக்கலாமா என்று கேட்ட வேளையில் 'முடியாது' என்ற வார்த்தையை அவள் பரிசீலித்துக் கூட பார்க்கவில்லை. அவனைப் பற்றி முகநூலில் தேடிப் பார்த்தபோது அவன் ஏற்கெனவே திருமணம் முடித்து டெண்டோ என்ற பெயரில் அவனுக்கு ஒரு மகனும் இருக்கிறான் என்பதை அறிந்து கொண்டாள். அவன் யாரை மணமுடித்திருக்கிறான் என்று அதில் குறிப்பிடப்பட்டிருக்கவில்லை. அவன், தான் திருமணம் முடித்தவன் என்பதை அவளிடம் தெரிவிக்கவேயில்லை. அவன் திருமணம் முடித்தவனா, மகன் இருக்கிறானா என்றெல்லாம் அவள் அவனைக் கேட்ட போதும் அவன் அவையிரண்டையும் மறுத்தான். அவள் அவனுக்கு முகநூலில் நட்பழைப்பு விடுக்கவேயில்லை. அவனும்தான். அவனுக்குத் திருமணம் ஆகவில்லை என்பதைத் தான் நம்புவதாகவே அவள் நடித்தாள். எப்போதும் ஆணுறையைப் பாவிக்கும்படி மாத்திரம்தான் அவள் அவனிடம் கேட்டுக் கொண்டாள். அவன் ஒரு எயிட்ஸ் பரிசோதனையை மேற்கொள்ள வேண்டும் என்று கூட அவள் கேட்கவில்லை. அவள் உடலுறவை விரும்பவில்லை. அவன் அவனது மனைவியோடு எப்படி நடந்து கொள்வான் என்று அவள் வியந்தாள். அவள் சந்திக்க வராத சந்தர்ப்பங்களில் அவன் அவளைக் குற்றம் சொல்லவேயில்லை. அவர்கள் அதைப் பற்றி பேசிக் கொள்ளக் கூட இல்லை.

அவன் தனது காரை அவளது அயல்வீட்டுக்கு முன்பாகத்தான் நிறுத்தி வைப்பான். 'ஒரு பாதுகாப்புக்கு' என்று அவன் கண்ணடித்துக் கூறும் போது ஏதோ சுற்றி வர இருக்கும் அவளது காதலர்கள் காணாதிருக்கும் பொருட்டு அவன் அப்படிச் செய்வது போலத் தோன்றும். நள்ளிரவில் அவன் அவளை விட்டுச் செல்வதை அவள் பார்த்துக் கொண்டிருப்பாள். அவன் அவளது நெற்றியில் முத்தமிடுவான். 'அன்பே, நான் போக வேண்டும்' என்று மாத்திரம்தான் சொல்வான். அவளுக்கு அவனிடமிருந்து எதுவுமே தேவைப்படவில்லை. அவள் அவனுக்குக் கொடுக்காத அனைத்தையும் கொடுக்கத்தான் அவனது மனைவி இருக்கிறாளே என்று அவள் நினைத்தாள்.

அவள் உறங்குவது போல பாசாங்கு செய்வாள். அவன் அவளைப் போர்த்தி விட்டு, விளக்குகளை அணைத்து விட்டுச் செல்லும்வரை காத்திருப்பாள். பிறகு படுக்கையிலிருந்து குதித்திறங்கி ஓடிப் போய் தலைவாசல் கதவை அடைத்து விட்டு, தனது வளாகத்தைச் சுற்றி எந்தத் திருடனும் இல்லை என்பதை உறுதிப்படுத்திக் கொள்வாள். அந்த உறவு அவ்வளவு காலம் நீடிக்கவில்லை. அது விரைவில் முடிவுக்கு வந்து விடும் என்பதை அவள் எப்போதும் அறிந்திருந்தாள். அது எப்படி முடியப்போகிறது என்றுதான் அவள் ஆச்சரியப்பட்டுக் கொண்டிருந்தாள். அவன் அவளைத் தேடி வருவதையும், அவளது தொலைபேசி அழைப்புகளுக்கு பதிலளிப்பதையும் நிறுத்தினான். பதிலுக்கு அவள் அவனுக்கு மிரட்டல் கடிதங்களை அனுப்பவுமில்லை. அவனைத் தேடிக் கண்டுபிடிக்க முயற்சிக்கவுமில்லை. பின்னொரு நாள் அவள், ஒரு பல்பொருள் அங்காடியில் வைத்து அவனையும், அவனது மனைவியையும், மகனையும் தற்செயலாகக் காண நேர்ந்தது. அவள் தலையைத் திருப்பிக் கொண்டாள். அவனது மனைவி எப்படியிருக்கிறாள் என்று பார்க்கக் கூட அவள் முயற்சிக்கவில்லை.

அவனது மனைவி, அவளை விடவும் அழகாக இருக்கிறாளா, இல்லையா என்பதை அறிந்து கொள்ளவும் அவளுக்குத் தேவைப்படவில்லை. அவள் மரத்துப் போனவள் போல தன்னை உணர்ந்தாள்.

அன்றிரவு, அவள் வீட்டுக்கு வந்ததுமே அழுதவாறும், சிரித்தவாறும் தனது நாவலை எழுதத் தொடங்கினாள். வாழ்க்கையில் முதற்தடவையாக ஒரே அமர்வில் கிட்டத்தட்ட பத்தாயிரம் வார்த்தைகளை எழுதியிருந்தாள். 'சிலவேளை எனது மனதை நோகடிக்கும் மற்றுமொரு ஆணைக் கண்டுபிடித்து, இந்த நாவலை எழுதி முடிப்பேன்' என்று அவள் தனக்குத்தானே சொல்லிக் கொண்டாள்.